AF765006

பம்பாய்க்கு பத்தாவது மைலில்...

ராஜேஷ்குமார்

RAJESHKUMAR Publishing

ISBN: 978-93-90771-69-1

பம்பாய்க்கு பத்தாவது மைலில் (RK065)

ராஜேஷ்குமார்

முதல் பதிப்பு - ஜூலை 2023

வெளியீடு: RK பப்ளிஷிங், 23, யமுனா தெரு,
க்யூரியோ கார்டன் அவென்யூ, வடவள்ளி, கோயம்புத்தூர் - 641 046.

அட்டை வடிவமைப்பு: ராஜரத்தினம்

நூல் வடிவமைப்பு: கவின்ராஜ் க, இன்லெட்பஃப் சொல்யூஷன்ஸ்

Bombaykku Pathavathu Mileil (RK065)

Rajeshkumar

First Edition - July 2023

Published by: RK Publishing, 23, Yamuna Street,
Curio Garden Avenue, Vadavalli, Coimbatore - 641046.
Mob: 89251 16783
email: rkpublishing41@gmail.com
Web: www.rajeskumarnovels.com

Cover Designed by: Rajarathinam
Book Designed by: Kavinraj K, inletPUB Solutions, www.inletpub.com

பம்பாய்க்கு பத்தாவது மைலில்...

இந்த கதை 1981 ஆம் ஆண்டு
கல்கண்டு என்ற இதழில் வெளிவந்தது

1

டெல்லியின் விடியற்காலை.

சாணக்யபுரியை ஒட்டி - மாருதி அவென்யூவின் ஏழாவது குறுக்குத் தெருவின் கடைசியில், திருவிழாவில் தவறிப்போன குழந்தை மாதிரி எதற்கும் ஒட்டாமல் நின்றிருந்த அந்த ரோஸ் வண்ண டிஸ்டெம்பர் பூசப்பட்ட பங்களாவின் உ...ள்...ளே வலதுபுற அறையின் மூலையிலிருந்து இந்தத் ‘தொடர்கதை’யை ஆரம்பிக்கிறேன்.

அறையின் மூலையில் சின்னதாய் அழகாய் ஒரு டீபாய். அதன்மேல் ஒரு சக்கரவர்த்தியின் பெருமிதத்தோடு அமர்த்தலாய் உட்கார்ந்திருந்தது, மெலிதான பச்சை வண்ணப் பிரியதர்சினி டெலிபோன். அதற்குப் பக்கத்தில் டி.வி. கிருஷ் என்றது. அறையின் நடுவில் இரட்டைக் கட்டில், ஃபோம் மெத்தை, சுவரில்... அறையின் மற்ற சமாச்சாரங்களை வர்ணிப்பதற்குள் டெலிபோன் சீராய் அலற ஆரம்பித்தது.

குளியலறையிலிருந்து யார்ட்லி சோப்பின் நறுமணத்தோடு திரும்பிக் கொண்டிருந்த ஜெயதேவ், ஒரு வினாடி நின்று அந்த டெலிபோனை முறைத்தான். ‘பச்சை வண்ணப் பிசாசே! இந்த அழகான காலை நேரத்தில் என்ன மாதிரியான நியூஸை எனக்குத் தரப் போகிறாய்?’

அவனுடைய முறைப்பை லட்சியம் செய்யாமல் அது இன்னமும் ர்ர்ர்ரிங்கிக் கொண்டிருக்க, அவன் கோபமாய் ரிஸீவரின் கழுத்தைப் பிடித்துத் தூக்கினான்.

“ஹலோ!” என்றான்.

“கேப்டன் ஜெயதேவ்!” என்று கேட்டது மறுமுனையில் ஒலித்த கரகரப்பான குரல்.

“எஸ்.”

“கேப்டன் ஜெயதேவ்! நான் ஷர்மா பேசறேன்... கண்ட்ரோல் டவரிலிருந்து.”

“குட் மார்னிங் ஷர்மா. என்ன விஷயம்?”

“ஒன்றுமில்லை, பிளைட் நம்பர் 866-ஐ இன்றைக்கு நீங்கள் இயக்கப்போகிறீர்கள்.”

முகம் மாறினான் ஜெயதேவ். “ஏன்? கேப்டன் விமல்நாத்துக்கு என்னவாயிற்று? அவர் போகவேண்டிய பிளைட்தானே அது? வாட் ஈஸ் ராங் வித் ஹிம்?”

ஷர்மா கரகரத்தார். “கேப்டன் விமல்நாத்துக்குப் பத்து நிமிடத்துக்கு முன்புதான் ஊரிலிருந்து டெலிகிராம் வந்தது. மதர் சீரியஸாம். உடனே உங்களை ‘அஸைன்’ செய்துவிட்டு அவர் புறப்பட்டுப் போய்விட்டார். நீங்க வருகிறீர்களா?”

ஜெயதேவ் யோசித்தான். மிஸஸ் மாத்யூ நேற்றைக்கு ராத்திரியே போன் பண்ணிச் சொன்னது ஞாபகத்திற்கு வந்தது. “கேப்டன், நாளைக்கு அவர் ஊரில் இருக்கமாட்டார். நீங்க எப்ப வேணும்னாலும் என் வீட்டுக்கு வரலாம், நாளைக்குப் பூராவும் நான் உங்க பிராப்பர்ட்டி. எப்படி வேணுமான்னாலும் யூஸ் பண்ணிக்கலாம்.” மிஸஸ் மாத்யூவின் செழிப்பான அந்த உடம்பு அவன் மனக் கண்ணில் சில விநாடிகள் நிழலாடியது.

“என்ன யோசிக்கிறீர்கள் கேப்டன்?”

“நத்திங். வேற யாரையாவது அஸைன் பண்ணலாமே மிஸ்டர் ஷர்மா?”

“நோ. அந்த யானை 866-ஐக் கட்டி மேய்க்க உங்களால்தான் முடியும்.” ஷர்மாவின் சர்டிபிகேட் அவன்

உடம்பில் விமானப் பெருமிதத்தை ஏற்படுத்த ஜெயதேவ் மிஸஸ் மாத்யூவை மறந்தான்.

"சரி. கம்பெனிக் காரை அனுப்புங்க. நான் ரெடியாயிடறேன்."

ரிஸீவரை வைத்த கையோடு சுறுசுறுப்பானான் ஜெயதேவ்.

ஜெயதேவ் சொந்த ஊர் பெங்களூர் பக்கமாய் ஏதோ ஒரு 'ஹசகொலிகா.' பைலட்களுக்கே உரிய சவர முகம். தீட்சணமான கண்கள். இந்த முப்பத்தாறு வயதுக்குள் பைலட் ஆகிவிட்டவன். பெண்கள் விஷயத்தில் ரொம்பவும் பலஹீனம். திருமணத்திற்கு இஷ்டப்படாதவன். அவசரப்படாதவன். பூமியில் இருந்த நேரங்களைக் காட்டிலும், வானத்தில் பறந்த நேரங்கள் அதிகம். இவனுடைய ஹாபி கையாலாகாத பணக்காரக் கணவன்மார்களின் மனைவிமார்களைத் தேடிக் கண்டுபிடிப்பது. சமீபத்தியக் கண்டுபிடிப்பு மிஸஸ் மாத்யூ.

முப்பது நிமிடத்தில் தயாராகிப் பங்களா வாசலுக்கு வந்தான் ஜெயதேவ்.

மெலிதான ஆரஞ்சு வர்ணமும், லேசான மஞ்சள் நிறமும் கிழக்குத் திசையில் நிரம்பிக்கொண்டிருக்க, சூரியன் டில்லியைக் கழுவ ஆரம்பித்திருந்தான். மாருதி அவென்யூவின் இருபுறத்து நடைபாதைகளிலும் தொப்பைகளை ஒரு பிரச்னையாகக் கருதிய சர்தார்ஜிகள், வெள்ளை பனியன், வெள்ளை ஷார்ட்ஸ், வெள்ளை கான்வாஸ்களில் வியர்வை மினுமினுக்க ஓடிக்கொண்டிருந்தார்கள். சல்வார் கம்மீஸ் அணிந்த டீன் ஏஜ் பெண்கள் 'எல்' போர்டுகள் ஊசலாடும் கார்களோடும், சிரிப்போடும் காலி மைதானங்களை நோக்கிப் போக - எதிர்ப்புறமாய் சைக்கிள்களை மிதித்துக்கொண்டு கைகளில் ஹாக்கி மட்டைகளை சுழற்றியபடி மீசை அரும்பிய ப்ளஸ் டூ மாணவர்கள் விசிலடித்துக்கொண்டே போனார்கள். மற்றபடி தான் ஒரு பெரிய ஜனநாயக நாட்டின் தலைநகர் என்கிற பொறுப்புணர்ச்சி கொஞ்சமும் இல்லாத அந்த

டில்லி, சுறுசுறுப்போடு தன் இயக்கத்தை ஆரம்பிக்காமல் சோம்பேறித்தனமாய்ப் புரண்டு கொண்டிருந்தது.

"ஙி... ஙி... ஙி..."

வாசலில் கார் சிணுங்கியது.

டிரைவர் சீட்டினின்றும் கீழே அரக்கப்பறக்க இறங்கிய டிரைவர், "குட் மார்னிங் கேப்டன்" என்றான். ஜெயதேவ் தன் இடது கையின் லேசான அசைப்பின் மூலம் அவனுடைய குட்மார்னிங்கை ஏற்றுக்கொண்டு காரில் ஏறினான். வாசல் அருகே வந்து நின்ற தோட்டக்காரனிடமும், சமையற்காரனிடமும் சொன்னான்:

"வீட்டைப் பத்திரமா பாத்துக்குங்க. நான் நாளைக்குக் காத்தாலே திரும்பிடுவேன்."

இனிமேல் அவன் உயிரோடு திரும்பப் போவதில்லை என்கின்ற உண்மை அப்போது அவர்களுக்குத் தெரிய நியாயமில்லாததால்...

அவர்கள் தலைகளை அசைத்தார்கள் - வெறுமனே.

டில்லி - பாலம் விமான நிலையம்.

உள்ளூர் பஸ் ஸ்டாண்டில் நிற்கும் ஏகப்பட்ட பஸ்களைப் போல் - ஏகப்பட்ட விமானங்கள் திசைக்கொன்றாய் வாலையும், மூக்கையும் நீட்டிக்கொண்டு சாதுவாய் நின்றிருந்த அந்த உலோகப் பறவைகளில் எத்தனை ரகம்? பிரான்ஸில் ஸிட் ஏவியேஷன் தொழிற்சாலையில் ஏவான் மார்க் 417 ரகத்தைச் சேர்ந்த டபுள் இன்ஜின்கள் பொருத்தப்பட்ட காரவெல் விமானம் ராட்சத்தனமாய் நின்றிருக்க, அதற்குப் பக்கத்தில் டக்கோட்டா விமானம் அற்பத்தனமாய்த் தெரிந்தது. ரன்வே கிடைக்காமல், அதன் க்ளீயரென்ஸை எதிர்பார்த்து ஓர் அரபு விமானம், விமான நிலையத்தைச் சுற்றிச் சுற்றி வந்தது.

விமான நிலையத்துக்கு வெளியே நூற்றுக்கணக்கான கார்கள் அணிவகுத்து நின்றிருக்க, அந்த அணிவகுப்பில் பிளவுபட்ட ஓர் இடத்தில் கம்பெனிக் கார் சொருகி நின்றது.

ஜெயதேவ் இறங்கினான்.

டில்லி கொஞ்சம் அதிகமாய் வெளுத்திருந்தது.

ஜெயதேவின் நுரையீரல்கள் கொஞ்சம் புகை வேண்டும் என்று கேட்க... அதற்குச் செவி சாய்த்தவன் பேண்ட் பாக்கெட்டில் கையை நுழைத்து, 555 ஒன்றை உருவி உதட்டுக்குத் தாரை வார்த்தான். தீக்குச்சி நெருப்பில் குளித்துச் சிகரெட்டைத் தீ மூட்ட அது அடர்த்தியாய்ப் புகைந்தது.

கண்ணாடிக் கதவைத் திறந்துகொண்டு விமான நிலையத்திற்குள் நுழைந்தான் ஜெயதேவ். வெள்ளை உடைகளில் விமான நிலையச் சிப்பந்திகள் அங்கொருவரும், இங்கொருவருமாய்த் தெரிய, விமான லௌஞ்ச் முழுவதும் விதவிதமான கூட்டம் பரவியிருந்தது. “ஹரே ராமா ஹரே கிருஷ்ணா” இயக்கத்தைச் சார்ந்த மொட்டையடிக்கப்பட்ட அமெரிக்க இளைஞர்கள் சப்ளாக் கட்டைகளை வைத்துக்கொண்டு பிறருக்குத் தொந்தரவு தராத வகையில் மெல்லிய கோரஸில் பாடிக்கொண்டிருந்தார்கள். உள்ளூர்ப் பிரமுகர் ஒருவருக்கு ரோஜா மாலைகளை அணிவித்து நாசூக்காக கைகளைத் தட்டிப் பாராட்டிக் கொண்டிருந்தது ஒரு கூட்டம். முயல் கண்களின் பளபளப்போடு வெள்ளைக்காரக் குழந்தைகள் குறுக்கும் நெடுக்கும் ஓடிக்கொண்டிருந்தன.

“குட்மார்னிங் கேப்டன்...”

குரல் கேட்டு ஜெயதேவ் நின்றான். ஏறிட்டான்.

பிரதீப் நின்றிருந்தான்.

பிரதீப் உதவி பைலட். சொந்த ஊர் பம்பாய். வருகிற மாதம் ஒரு பெண்ணின் கழுத்தில் தாலிகட்டப் போகிறவன். இருபத்தெட்டு வயதான அந்த இளைஞனுக்கு நிறையப் பிரமோஷன்கள் கிடைக்கும் என்ற எதிர்பார்ப்பு ஏர் இந்தியா பூராவும் பரவியிருந்தது.

“குட் மார்னிங் பிரதீப். ஹௌ ஆர் யூ?”

“ஃபைன்! இன்றைக்கு உங்களோடுதான் பறக்கப் போகிறேன்.”

“ஓ, கிளாட் டு ஹியர் இட், பாஸஞ்சர்ஸ் எத்தனை பேர்?”

“ஐம்பத்திரண்டு பேர்.”

“மினிஸ்டர்ஸ் யாராவது?”

“யாருமில்லை!”

“சினி ஆக்டர்ஸ்?”

“ஊஹூம்.”

“இன்றைக்கு பிளைட் டல்லடிக்கப் போகிறது.” ஜெயதேவ் சிரித்தான்.

“ட்ரிப் ஷீட் ப்ரிப்பேர் பண்ணிட்டீங்களா?”

“அப்பவே...”

ஜெயதேவ் பிரமிப்போடு இணைந்து நடந்தான். ‘டார் மாக்’ வந்ததும் பிரதீப் பிரிந்தான். அவன் பிரியப் பிரிய ஜெயதேவ் கேட்டான். “நம்ம பிளைட்டுக்கு யார் இன்ஜினியர்?”

“நாயக்!” என்றான் பிரதீப்.

“மை குட்னஸ்! அவனா? குடிக்கவும், அரட்டையடிக்கவும்தான் அவன் லாயக்கு. பட்டறையில் உட்கார வைக்க வேண்டியவர்களையெல்லாம் இந்த ஏர் இந்தியா எப்படித்தான் இன்ஜினியர்களாய் அமர்த்துகிறதோ?” வாய்விட்டுத் திட்டினான் ஜெயதேவ்.

“நாயக், இப்ப மாறிட்டார். அவருடைய மனைவி இறந்த பிறகு அந்தக் குடிப்பழக்கத்தையே அவர் விட்டுட்டார். நவ் ஹி ஈஸ் எ வெரி எஃபிஷியன்ட் ஹேண்ட்... யூ நோ.” சிரித்தான் பிரதீப்.

ஜெயதேவ் பட்டென்று பேச்சை மாற்றினான்.

"நம்ம பிளைட்டுக்கு யார் ஹோஸ்டஸ்?"

"ரஞ்சனா!"

"குட், இன்னொருத்தி?"

"வைசாலி."

"சே!" என்றான் ஜெயதேவ்.

லௌஞ்சின் ஒரு கூரையில் இருந்த ஸ்பீக்கரில் ஒரு பெண்ணின் சாக்லேட் குரல் வழிந்தது. "டில்லியிலிருந்து பம்பாய் செல்லும் பிரயாணிகள் பிளைட் நம்பர் 866-க்குச் சென்று அமர வேண்டுகிறோம்." ஹிந்தியிலும், ஆங்கிலத்திலும் மாறி மாறி அறிவிப்பு எழ, லௌஞ்சில் இருந்தவர்களுள் சிலபேர் எழுந்தார்கள். தத்தம் லக்கேஜ்களைச் சுமந்துகொண்டு பிளைட் 866-ஐப் பார்த்தபடி நடந்தார்கள்.

காரவெல்லின் வயிற்றுப் பகுதியில் ஏணிப்படிகள் அப்பிக்கொள்ள, அதில் ஏறி உள்ளே நுழைந்த பிரயாணிகளை ரஞ்சனா தன் ரெடிமேட் சிரிப்பின் மூலம் வரவேற்றாள். நமஸ்தே சொன்னாள். உட்கார வேண்டிய சீட் எண்களைச் சுட்டிக்காட்டினாள்.

எல்லோரும் உட்கார்ந்து ஆசுவாசப்படுத்திக் கொண்டதும் தரையில் நின்றிருந்த டிராஃபிக் அஸிஸ்டெண்ட் மேலே ஏறி வந்தான். பிரயாணிகளின் பெயர்ப் பட்டியலைக் கையில் வைத்துக்கொண்டு சரிபார்த்தான்.

விமானத்தின் உள்ளே சிவப்பு விளக்கு ரத்தமாய்ப் பிரகாசிக்க, அதன் கீழே - எழுத்துக்கள் மரியாதை உணர்வோடு எச்சரித்தன.

"புகைபிடிக்கக் கூடாது. தயவுசெய்து பெல்ட் அணியுங்கள்."

டிராஃபிக் அஸிஸ்டண்ட் கீழே இறங்கிக்கொள்ள விமானத்தின் இடுப்புப் பகுதியில் உறவுகொண்டிருந்த ஏணிப்படி நளினமாய் நகர்ந்துகொண்டது.

ஜெயதேவ் அமர்ந்தான். அவனுக்குப் பக்கத்துச் சீட்டில் பிரதீப்.

பிளைட் 866-ன் ராட்சத உடம்பில்தான் எத்தனை உறுப்புக்கள்? இந்த உலோக உடம்பை இயக்க, கிளப்ப, பறக்க வைக்க, இயக்க எத்தனை கருவிகள், ஸ்விட்ச் போர்டுகள்? சிக்கலான ஒயர்கள்? ஒவ்வொன்றிலும் ஒருவித இன்றியமையாத்தனம் புதைந்துகிடந்தது. எதிரே தெரிந்த நூற்றுக்கணக்கான சிக்னல் விளக்குகள், உலகத்தில் இருக்கும் எல்லா நிறங்களையும் பிரகாசித்துக் காட்டியது.

பிரதீப் கண்ட்ரோலைச் சரிபார்த்தான். கைரோ கம்பாஸைத் தட்டி அதற்கு உயிர் கொடுத்தான். ஜெயதேவ் ஹெட்போனைத் தலையில் மாட்டியபடி - அதில் ஊசலாடிய மைக்ரோபோனில் பேச ஆரம்பித்தான்.

“டில்லி கண்ட்ரோல் டவர்? திஸ் ஈஸ் எய்ட் சிக்ஸ் சிக்ஸ் ரிக்வெஸ்ட் ஸ்டார்ட் ஆஃப். கிவ் க்ளியரன்ஸ்...”

விமானத்தைக் கிளப்புவதற்காகக் காத்திருந்தான்.

அதே நேரம்...

கண்ட்ரோல் டவரில்...

எய்ட் சிக்ஸ் சிக்ஸ், திஸ் ஈஸ் டில்லி கண்ட்ரோல் டவர். வானம் சுத்தமாய் இருக்கிறது. “நோ க்ளவ்ட்ஸ். வெதர் இஸ் ஃபைன் - பிக்கப் த ரன்வே நம்பர் ஃபைவ். க்ளையர் கோ அஹெட்...” பேசிக்கொண்டிருந்த ஷர்மா தன்னை யாரோ பின்பக்கமாகத் தொடுவதை உணர்ந்து திரும்பினார். சப்-ஆபீசர் ரகோத்தம் நின்றிருந்தார். சொன்னார்:

“உங்களுக்கு ஓர் அவசர போன்.”

எழுந்தார் ஷர்மா. கண்ணாடிக் கதவைத் தள்ளிக்கொண்டு வெளியே வந்து மேஜையின் மேல் கரப்பான்பூச்சியைப்போல் கவிழ்ந்துகிடந்த ரிஸீவரை எடுத்தார்.

“ஹலோ, ஷர்மா ஹியர்!”

மறுமுனையில் ஓர் ஆண் குரல் கேட்டது. "கண்ட்ரோல் டவர் சீஃப் ஆபீஸர் ஷர்மாவா?"

"எஸ்."

"பிளைட் நம்பர் எய்ட் சிக்ஸ் சிக்ஸ் புறப்பட அனுமதி கொடுத்து விட்டீர்களா?"

"ஏன்?"

"அனுமதி கொடுக்காதீர்கள். அந்த பிளைட்டில் வெடிகுண்டு வைக்கப்பட்டிருக்கிறது!"

2

உடம்பெல்லாம் பரபரப்பானார் ஷர்மா...

"ஏய்... ஏய்... யார்... நீ?" என்று உறுமினார்.

"இப்ப நான் யார்ங்கிறது தெரிஞ்சு நீங்க என்ன செய்யப் போறீங்க...? உங்க பெண் ஷீலாவைக் கட்டிக்கொடுக்கப் போறீங்களா?"

"ஏய்... நீ...?"

"உஷ்!" அதட்டினான் அவன். "மிஸ்டர் ஷர்மா, முதல்ல பிளைட்டை நிறுத்துங்க... ரொம்பவும் சீரியஸ். பிளைட்டோட உடம்புல எங்கேயோ வெடிகுண்டு இருக்கு... செக் இட் ஃபர்ஸ்ட்... அப்புறம் சாவகாசமாய்ப் பேசலாம்..."

எதிர்முனையில் பேசினவன் பட்டென்று ரீஸீவரை வைத்தான்.

முகம் பூராவும் வியர்வையில் நீச்சலடிக்க ஷர்மாவும் ரிஸீவரை வைத்துவிட்டுக் கண்ணாடிக் கதவைத் திறந்துகொண்டு டவருக்குள் பாய்ந்தார். அங்கிருந்தே தெரிந்த ரன்வேயில், பிளைட் 866 நின்றிருந்தது. விமானத்தின் இறக்கைகளுக்குக் கீழே கட்டைவிரலைக் கீழ்நோக்கித் தாழ்த்திக்கொண்டு இன்ஜினியர் நின்றிருக்க பிளைட் கிளியரன்ஸுக்காகக் காத்திருந்தது.

"மை குட்னஸ்..." என்று வாய்விட்டு முனகிக்கொண்டே மைக்ரோபோனில் கேப்டன் ஜெயதேவை அவசரக் குரலில் அழைத்தார் ஷர்மா.

"கேப்டன்...! நோ கிளியரன்ஸ் டு பிளைட் எய்ட் சிக்ஸ் சிக்ஸ். ஓர் அவசரமான செய்தி! பிளைட்டில் வெடிகுண்டு இருப்பதாக அனானிமஸ் போன் கால் வந்தது. அதை நாம் இக்னோர் பண்ணுவதற்கில்லை. பாஸஞ்சர்ஸுக்கு இன்ஃபார்ம் செய்து லௌஞ்சுக்குப் போகச் சொல்லுங்கள்..."

ஜெயதேவின் டெலிபோனில் ஷர்மாவின் வார்த்தைகள் துல்லியமாய் விழ, அதிர்ந்தான் அவன். பிரதீப்பைப் பார்த்தான். ஃப்ளாப், கண்ட்ரோலில் ஈடுபட்டிருந்த பிரதீப் அவனைப் புரியாமல் பார்க்க, "டைனமைட்" என்றான்.

பிரயாணிகளுக்குத் தகவல் அனுப்பினான்.

"பயணத்தைத் துவங்கயிருக்கிற இந்த நேரத்தில், ஒரு சின்ன இடையூறு. விமானத்தில் டைனமைட் இருப்பதாக ஒரு தகவல். பிரயாணிகள் பதட்டப்படாமல், அவசரப்படாமல் இறங்கி லௌஞ்சுக்குச் சென்று காத்திருக்க வேண்டுகிறேன். இரண்டு மணி நேர செக்-அப்பிற்குப் பிறகு பிளைட் புறப்படும். நேர்ந்த அசௌகரியத்திற்காக வருந்துகிறேன்."

இடுப்புக்குப் பெல்ட்டை அணிந்தவர்கள் சட்டென்று அதைப் பிரித்துக்கொண்டு எழுந்தனர். மெல்லிய பதற்றமும், நியாயமான அவசரமும் விமானத்தில் நிரம்பின. ஏணிப்படிகள் மீண்டும் ஓடிவந்து விமானத்தின் இடுப்பை அணைத்துக்கொள்ள, பிரயாணிகள் கீழே உதிர்ந்து லௌஞ்சை நோக்கி நகர்ந்தார்கள். தீயணைப்பு வண்டிகள் கணகணத்தபடி பிளைட்டைச் சுற்றி அரைவட்டம் போட்டுக்கொண்டு நிற்க ஆரம்பித்தன.

செக்யூரிட்டி ஆபீஸர்கள் ஒரு கும்பலாய் விமானத்தை நோக்கி விரைய, ஜெயதேவ் இறங்கி டவரை நோக்கிப் போனான்.

ஷர்மா இன்னமும் வியர்வையில் இருந்தார். அவருடைய தக்காளி நிற முகம் கன்றியிருந்தது. ஜெயதேவைப் பார்த்ததும், "அந்த டைனமைட் விவகாரம் வெறும் ரூமர் தான்!" என்றார்.

"போனில் பேசியது யார்?" ஜெயதேவ் கேட்டான்.

"அவன் சொல்லவில்லை."

"எவனோ விளையாடுகிறான்."

"எனக்கும் அப்படித்தான் தெரியுது."

"பிளைட்டில் யாராவது வி.ஐ.பி. இருக்காங்களா கேட்டன்?"

"வி.ஐ.பி. யாருமில்லை. வேணும்னா ஐ.பி. கொடுத்தவங்க இருப்பாங்க..."

ஜோக்கடித்தான் ஜெயதேவ். ஷர்மா சிரிக்கவில்லை. அவர் வெடிகுண்டு அவஸ்தையில் இருந்தார்.

"வெடிகுண்டு இருந்தா நிச்சயமாய்க் கிடைச்சுடும். செக்யூரிட்டி ஆபீஸர் குப்தா சாமான்யப்பட்டவரில்லை. கில்லாடி, கல்கத்தாவிலே அவர் இருந்தப்ப நிறையத் தடவை டைனமைட்ஸை ட்ரேஸ் அவுட் பண்ணி வெளியே கொண்டு வந்திருக்கிறார்." ஷர்மா சொல்லச் சொல்ல ஜெயதேவ் வெளியே வந்தான். விமான நிலையத்தின் பரந்தவெளிக் காற்று ஜில்லென்று முகத்தில் அடிக்க சிகரெட் ஒன்றை உருவிக்கொண்டான். அனல் புள்ளிகளில் சில புள்ளிகளை உராய்ந்து ஒரு சின்ன நெருப்பை உண்டாக்கி அதில் சிகரெட்டின் தலையைக் குளிப்பாட்டினான். அது, புகையைக் கண்ணீராய்ச் சிந்தியது.

தூரத்தே அவனுடைய பிளைட் 866 செக்யூரிட்டிக் கும்பலால் அலசப்பட்டுக் கொண்டிருந்தது. தீயணைப்பு வண்டிகள் உன்னிப்பாய்ப் பார்த்தபடி நின்றிருந்தன.

'இந்த வெடிகுண்டுப் புரளியை கிளப்பியவனே - நீ யார்? இந்தப் பரந்த டில்லியில் எந்த டெலிபோன் பூத்திலிருந்து இந்தப் பிரச்னையைக் கிளப்பிவிட்டாய்? நீ செய்தது. வேடிக்கைக்காகவா, இல்லை நிஜமாகவா?'

பிரதீப் அவனை நோக்கி வந்தான்.

ஜெயதேவ் கேட்டான். "இன்னும் எத்தனை நேரம் ஆகுமாம்?"

"மோர்தேன் டூ அவர்ஸ், பாசஞ்சர்ஸை மறுபடியும் செக் பண்ணப் போறாங்களாம்."

"போச்சுடா!"

தலையில் கை வைத்துக்கொண்டு போலியாய்க் கவலைப்பட்டான் ஜெயதேவ்.

"அப்பட்டமான புரளி!" - ஷர்மா சிரித்தார்.

ஏறக்குறைய மூன்று மணி நேரம் பிளைட் 866 கடுமையாய் அலசப்பட்டு வெடிகுண்டு இல்லையென்று ஊர்ஜிதம் ஆனதும் ஷர்மாவின் வியர்வை நின்றது.

பிரயாணிகளுக்கு ஏற்பட்ட அசௌகரியத்திற்காக நாசூக்காக வருந்திய விமான நிர்வாகம், அவர்களை மறுபடியும் பிளைட்டில் அமரும்படி கேட்டுக்கொண்டது.

'அந்தப் போன்கால் ஆசாமி இனிமே நிம்மதியாத் தூங்குவான். பாஸ்ட்@&#...' ஜெயதேவ் கையிலிருந்த முழு 555 சிகரெட்டை அப்படியே எறிந்துவிட்டுப் பிரதீப்போடு இணைந்து விமானத்தை நோக்கி நடந்தான்.

பிரயாணிகள் ஒவ்வொருவராய் விமானத்தின் வயிற்றில் அடைபட்டனர்.

தத்தம் இருக்கையில் ஆரோகணித்தார்கள் ஜெயதேவும், பிரதீப்பும். கண்ட்ரோல் டவர் கரகரத்தது. "கேப்டன்! திஸ் ஈஸ் டில்லி டவர்." ஜெயதேவ் பதிலுக்குச் சொன்னான். "திஸ் ஈஸ் எய்ட் சிக்ஸ் சிக்ஸ் ... ரெடி ஃபார் டேக் ஆஃப்..."

"866 கிளியர் ஃபார் டேக் ஆஃப்."

இன்ஜின் இயங்க ஆரம்பித்தது.

ஊய் ஊய் ஊய் ஊய் ய் ய் ய்...

இன்ஜினின் அலறல் படிப்படியாய் உயர்ந்துகொண்டே போகப் பிரதீப்ப, விமானத்தின் பிற பாகங்களை

ஆள, ஜெயதேவ் கண்ட்ரோல் கலத்தைச் சட்டென்று கையாண்டான்.

பிளைட் ஊர்ந்தது.

எதிரே கான்க்ரீட் ரன்வே ஓடிவர...

866 அசுரவேகம் பிடித்து டயர்கள் சூடுபறக்க...

குய்ய்ய்ய்ய்க்க்க்... என்று சீறி...

ரன்வேயின் முடிவு வருவதற்குள்... மேலே எழும்பியது.

முகப்பரு இல்லாத பெண்ணின் முகம் மாதிரி மேகத்துணுக்கு ஒன்றுகூட இல்லாத அந்த நீல வானத்தில் அலுமினியப் பறவையாய் உயர்ந்தது நிமிஷத்திற்கு நூற்றுக்கணக்கான அடிகள்.

கண்ட்ரோல் டவரிலிருந்து பிளைட் 866 பறப்பதை ஒருவித சுவாரஸ்யத்தோடு பார்த்துக்கொண்டிருந்த ஷர்மா - தலைப்பிரசவம் சுகமாய் முடிந்த ஒரு பெண்ணின் மகிழ்ச்சியோடு தன் இருக்கையை விட்டு எழுந்தார். கர்சீப்பால் முகத்தை அழுந்தத் துடைத்துக்கொண்டு கண்ணாடிக் கதவைத் திறந்துகொண்டு வெளியே வந்தார்.

டெலிபோன் அலற ஆரம்பித்தது.

ரிஸீவரை எடுத்துக் காதுக்கு கொடுத்தார்.

"ஹலோ ஷர்மா ஹியர்."

"கண்ட்ரோல் டவர் சீஃப் ஆபீஸர் ஷர்மாவா?" முன்பு ஒலித்த அதே ஆண் குரல்.

"யூ... யூ... மறுபடியும் நீயா?" ஆவேசமானார் ஷர்மா.

"ஆத்திரப்படாதீங்க ஷர்மா... நான் எவ்வளவு சொல்லியும் பிளைட் 866-ஐ அனுப்பிச்சிட்டீங்களே. அதுல வெடிகுண்டு இருக்கு."

"யூ ராஸ்கல். உன் பேச்சை நம்பி த்ரீ அவர்ஸ் வேஸ்ட் பண்ணினது போதாதா உன்னை... உன்னை... நீ யார்ரா?" கத்தினார் ஷர்மா.

மறுமுனையில் அந்தக் குரல் நிதானமாய் ஒலித்தது. "ப்ளீஸ் பி காம் ஷர்மா! அந்தப் பிளைட்டில் வெடிகுண்டு இருக்குன்னு நான் சொன்னதைப் புரளின்னு நினைச்சுட்டீங்க: தப்பு, செண்ட் பெர்சண்ட் அதுல வெடிகுண்டு இருக்கு."

"பார்த்துட்டோம்; அதுல வெடிகுண்டு இல்லே."

"அலட்சியமாப் பார்த்திருப்பீங்க:"

"போனை வைடா ராஸ்கல்...!"

"ஒன் மினிட் ஷர்மா. அந்தப் பிளைட்டில் வெடிகுண்டு இருக்குன்னு நான் சொன்னதை நீங்க நம்பல்ல... இப்போ நான் சொல்லப்போறதை நம்புங்க, இந்தப் பிளைட் இப்போ சரியாப் பத்து மணிக்கு இங்கிருந்து புறப்பட்டுப் போயிருக்கு. பம்பாய் அருகே போய்ச் சேர மணி பன்னிரெண்டாயிடும்... ஆனா இந்தப் பிளைட் நிச்சயமா பம்பாய் போய்ச் சேராது. பம்பாய்க்குப் பத்தாவது மைல்லே... வெடிச்சுடும்!"

ஷர்மாவுக்குக் கோபம் வந்தது.

"இடியட்! யார்ரா நீ? தைரியம் இருந்தா என் முன்னாடி வந்து அதைச் சொல்லுடா!"

"ஷர்மா! பிளைட்டைத் திரும்பவும் டெல்லிக்குத் திரும்பச் சொல்லுங்க. ரொம்பவும் அவசரம்."

"யூ அட்ரோஷியஸ் டெவில்" ரிஸீவரை ஓங்கிச் சாத்தினார்.

"பைத்தியக்காரன். அதென்ன பஸ்ஸா? இஷ்டத்துக்குத் திருப்பிட்டு வர? இன்னொரு தடவை பிளைட்டைக் கீழே இறக்கினா பாசஞ்சர்ஸ் என்மேல பாய்ஞ்சிடுவாங்க." ஷர்மா வாய்விட்டுக் கத்திக்கொண்டே டவரிலிருந்து கீழே இறங்கினார்.

"குவார்ட்டர்ஸுக்குப் போயிட்டு மதியம் ஒரு மணிக்கு வந்துடறேன்." ரிப்போட்டிங் கௌண்டரில் சொல்லிவிட்டு விமான நிலையத்தை விட்டு வெளியே வந்தார்.

கம்பெனிக் கார் நாய்க்குட்டியாய் வெளியில் காத்திருக்க அதில் ஐக்கியமானார் ஷர்மா. 'யார் அவன்?' முகம் தெரியாத அந்த டெலிபோன் பேர்வழியிடம் நிழல் சண்டைபோட ஆரம்பித்தார்.

பம்பாய் கண்ட்ரோல் டவர் அதிசயித்தது.

எதிரே ராடர் திசையில் பிளைட் 866-ன் வெளிச்சப்புள்ளி நகர...,தொடர்பு மட்டும் அற்றுப்போயிருந்தது. "திஸ் ஈஸ் பாம்பே டவர். எய்ட் சிக்ஸ் சிக்ஸ்?" பதில் இல்லை.

"866 பாம்பே...!"

"கேப்டன் கேப்டன்..."

பதிலில்லை.

ராடார் திரையில் மட்டும் 866-ன் இயக்கம் தெரிந்தது. அந்தப் புள்ளி நகர்ந்தது. பம்பாய் ஆபீசர் ஜோதி தயாள் குழப்பமானார். 'பிளைட்டில் இயக்கம் இருக்கிறது. வேகம் இருக்கிறது. ஆனால் தொடர்பு மட்டும் இல்லை. என்ன ஆயிற்று?'

அருகில் இருந்த சப் ஆபீஸர் சீத்தாராம் மோவாயைத் தேய்த்துக்கொண்டார். "ஹைஜாக்காய் இருக்குமா?"

"அப்படியிருந்தாலும் தகவல் வருமே! ஹைஜாக் செய்வதாக இருந்தால் பம்பாய்ப் பக்கம் ஏன் குறிப்பிட்டபடி வருகிறது?"

"நியாயம்தான். ஹைஜாக் செய்பவர்கள் வேறு ஏதாவது வெளிநாட்டு நகரத்துக்குத்தான் விமானத்தைக் கடத்திக்கொண்டு போவார்களே தவிர, பம்பாய்க்கு வரமாட்டார்கள்."

ஜோதி தயாள் கேட்டார். "பிளைட் ஏர்போர்ட்டிலிருந்து எத்தனை மைல் தூரத்தில் இருக்கிறது?"

"ஐம்பது மைல்."

"இன்னும் பதினைஞ்சு நிமிஷத்திலே லேண்ட் ஆகலாம்" என்றவர் மைக்ரோபோனில் கத்தினார். "866... 866... அப்ரோச்சிங் அவுட்டர். ஹலோ ஹலோ..."

866-லிருந்து ஒரு முனகல்கூட இல்லை.

ராடார் திரையில் வெளிச்சப்புள்ளி வளர்ந்தது.

ஜோதி தயாள் கவலையானார். 'தகவல் இல்லாமல் 866 எப்படி லேண்ட் ஆகும்? எப்படி இது சாத்தியம்?'

பிளைட் ஏர்போர்ட்டிலிருந்து முப்பதாவது மைலில் இருந்தது.

விநாடிகள் செத்து, நிமிஷங்கள் பிறக்க...

ராடார் திரையில் வெளிச்சப்புள்ளி நிதானமாய் வளர்ந்து வளர்ந்து... ஜோதி தயாளும், சீத்தாராமும் படபடக்கிற இருதயங்களோடு அதையே பார்த்துக் கொண்டிருக்க...

இன்னமும் 20 மைல்... கடைசி முயற்சியாய் கத்தினார் ஜோதி தயாள். "866... 866... திஸ் ஈஸ் பாம்பே...!"

பதிலில்லை.

பம்பாய்க்குப் பத்தாவது மைலை நெருங்கிக் கொண்டிருந்தது பிளைட் 866.

3

பம்பாய் கண்ட்ரோல் டவர் பூராவுமே பரபரத்தது. ராடார் திரையில் மின்மினிப் பூச்சியாய் ஊர்ந்துகொண்டிருந்த எய்ட் சிக்ஸ் சிக்ஸையே அனைவரது பார்வையும் கொத்திக் கொண்டிருந்தது.

எப்படி இது சாத்தியம்?

ஒரு பிரும்மாண்டமான மௌனத்தைத் தேக்கிக்கொண்டு எந்தவித உயிரும் இல்லாமல் உயரம் இழக்காமல் அந்த அலுமினியப் பறவை எப்படித் தரையில் இறங்கப் போகிறது?

கண்ட்ரோல் ஆபீசர்களின் இதயக் கூடுகளில் பயப் பறவைகள் சிறகடித்தன.

"திஸ் ஈஸ் பம்பாய் கண்ட்ரோல் டவர். எய்ட் சிக்ஸ் சிக்ஸ். வாட் ஈஸ் ராங்? ஒய் நோ ரெஸ்பான்ஸ்? உயரம் இழக்காமல் எப்படி லேண்ட் ஆகப் போகிறீர்கள்? கேப்டன் கேப்டன்..." ஆபீஸர் சீத்தாராம் உடம்பின் நரம்புகளுக்கெல்லாம் விபரீதம் நேரும்படி சிலிர்த்துக்கொண்டு கத்தினார்.

எய்ட் சிக்ஸ் சிக்ஸ் மௌனமாய் ஊர்ந்தது.

என்னவோ நேரப் போகிறது? இந்த பிளைட் நிச்சயமாய், பத்திரமாய் லேண்ட் ஆகப் போவதில்லை. சீஃப் ஆபீஸர் சீத்தாராம் பக்கமாய் திரும்பினார், கேட்டார்.

"பம்பாயிலிருந்து எத்தனையாவது மைலில் விமானம் இருக்கிறது?"

சீத்தாராம், கண்ட்ரோல் டவரின் இடது கோடிக்குப் போனார். சிக்கு எடுக்காத பெண்ணின் கூந்தலைப்போல பரவிக்கிடந்த ஒயர் பிணைப்புகளின் மத்தியில் இருந்த அந்த சதுர வடிவக் கருவியை உற்றுநோக்கினார். தலையை நிமிர்த்தி ஆபீசரைப் பார்த்துச் சொன்னார்.

"சரியாய்ப் பத்தாவது மைலில் இருக்கிறது."

இவர் சொன்ன அதே விநாடி... ராடார் திரையில் அதுவரையிலும் ஊர்ந்து கொண்டிருந்த அந்த வெளிச்சப்புள்ளி சட்டென்று சிதறி மறைந்தது.

"ஓ!"

கண்ட்ரோல் டவர் ஸ்தம்பித்தது.

அந்த மலைப்பிரதேசப் பிராந்தியம் முழுவதும் எய்ட் சிக்ஸ் சிக்ஸின் உடல் பாகங்கள். பிளைட் சரியாய் - மிகச் சரியாய் வெடித்திருந்தது. ஒரு பெரிய உலோகத் துண்டுகூடக் கிடையாது. சின்னச் சின்னத் துண்டுகள்; அலுமினியத் துண்டுகள் வெய்யிலில் மினுமினுத்தன. பிரயாணம் செய்தவர்களில் முழுசாய் ஓர் உடம்புகூட இல்லை. பரவியிருந்தார்கள். வெள்ளை யூனிஃபார்ம்மில் ஜெயதேவ் சிவப்பாய் நசுங்கியிருந்தான். ஏர்ஹோஸ்டஸ் ரஞ்சனா பாதியாய்ச் சிதறடிக்கப்பட்டு இன்ஜினியர் ஒரு சதை மூட்டையாய்ப் பிசையப்பட்டு...

மலைக்குக் கீழே ரிப்பனாய் நழுவி ஓடிய ரோட்டின் ஓரத்தில் வெள்ளை வண்ண ஆம்புலன்ஸ் வேன்கள் துக்கம் அனுஷ்டிப்பதுபோல மௌனமாய் நின்றிருக்க, நீல நிறப் போலீஸ் வேன் சற்று அந்நியமாய் ஒதுங்கி நின்றிருந்தது. பம்பாய் போலீஸ், விமானத்தின் இடிபாடுகளுக்கிடையே அவசரமில்லாமல் இயங்கிக் கொண்டிருந்தது. ஜனக் கூட்டம் உதிரிப் பூக்களாய் ரோட்டோரத்தில் நின்றுகொண்டு மலையை அண்ணாந்து பார்த்துக் கொண்டிருந்தது. கவலை படிந்த முகங்களோடு விமான நிலைய அதிகாரிகள், ஒரு

மரம் துப்பிய சொற்ப நிழலில் தஞ்சமடைந்து சிகரெட் பெட்டிகளைத் திறந்து கொண்டிருந்தார்கள்.

டில்லி கண்ட்ரோல் டவர் ஆபீஸர் ஷர்மா, பம்பாய் கண்ட்ரோல் டவர் ஆபீஸர் ஜோதி தயாளிடம் சொன்னார்: "டெலிபோனில் என்னிடம் பேசிய அந்த ஆசாமி சொன்ன மாதிரியே இந்த பிளைட் பம்பாய்க்குப் பத்தாவது மைலில் வெடிச்சிருக்கு."

ஜோதி தயாள் தன் கொழுத்த மோவாயைச் சொறிந்துகொண்டே கேட்டார்; "பிளைட்டில் வெடிகுண்டு இருக்குன்னு தகவல் வந்ததும் செக்யூரிடியை விட்டு நல்லா செக் பண்ணச் சொன்னீங்களா ஷர்மா?"

"எஸ். ஏறக்குறைய ஒரு மணி நேரம் செக் பண்ணியிருக்காங்க." ஜோதி தயாள் தன் சிறிய கண்களில் வியப்பை நிரப்பிக் கொண்டிருந்தார். பிளைட்டில் வைக்கப்பட்டிருந்த வெடிகுண்டு ரொம்பவும் பவர்ஃபுல்லா இருந்திருக்கணும். இல்லாட்டி பிளைட் இப்படி ஆயிரம் பீஸா உடையாது. டைனமைட்டைப் பதுக்கினவன் விமானத்தின் எந்தப் பாகத்தில் எப்படிப் பதுங்கியிருப்பான்? ஐ குட் நாட் இமேஜின்..."

ஷர்மா தான் பற்ற வைத்த முழுச் சிகரெட்டை ஆத்திரத்தோடு சுண்டி எறிந்துவிட்டுப் பெருமூச்சொன்றை விட்டபடியே சொன்னார்: "நான் அந்த போன்காலை அலட்சியப்படுத்திருக்கக் கூடாது. அவனிடம் இதமாய்ப் பேசி உண்மையைக் கறந்திருக்க வேண்டும். அவனுடைய வார்னிங்கைப் புரளியா இருக்குமோன்னு நினைச்சுட்டேன். பிளைட்டோட உடம்பை இன்னமும் நல்லாத் தடவிப் பார்த்திருக்கணும். பிளைட்டுக்கு டேக் ஆஃப் கொடுத்தது ரொம்ப ரொம்பத் தப்பு. அநியாயமாய் இத்தனை உயிர்களை....."

"எக்ஸ்க்யூஸ்மி ஸார்..."

பின்னால் குரல் கேட்டுத் திரும்பினார் ஷர்மா.

இன்ஸ்பெக்டர் கோகுல்நாத் கக்கத்தில் இடுக்கிய தொப்பியோடும், இறுகிய முகத்தோடும் நின்றிருந்தார்.

"எஸ்" என்றார் ஷர்மா.

கோகுல்நாத் கேட்டார்: "பிளைட்டில் மொத்தம் எத்தனை பாசஞ்சர்ஸ் இருந்தாங்கன்னு சொல்ல முடியுமா?"

"ட்ரிப் ஷீட்டைப் பார்த்துதான் சொல்ல முடியும்."

"எனி வி.ஐ.பி?"

"நோபடி."

"இது சதி வேலையா?"

"ப்ரோப் வெச்சுதான் ப்ரூவ் பண்ண முடியும்."

கோகுல்நாத் நெற்றியை லேசாய்த் தடவிக்கொண்டார். விமானத்துறை சம்பந்தப்பட்ட அந்த வெள்ளை உடுப்பு அதிகாரிகளைத் தீர்க்கமான ஒரு பார்வையோடு ஏறிட்டார். 'இவர்கள் சரியான கல்லுளி மங்கன்கள்! விஷயங்களை அவ்வளவு சீக்கிரம் வெளியிடமாட்டார்கள்; டில்லியிலுள்ள விமானப் படைத்தளபதியைக் கேட்டு - அவர் சொல்கிறபடியேதான் அறிக்கையை வெளியிடுவார்கள்.' கோகுல்நாத்தின் மனப்பட்சி சொல்லியது.

"தேங்க் யூ வெரி மச் ஃபார் யுவர் இன்ஃபர்மேஷன்." சொல்லிவிட்டு கோகுல்நாத் நகர்ந்தார். கான்ஸ்டபிள்களும், விமானத்துறை ஊழியர்களும் சிதைந்த உடல்களைச் சாக்குத் துணிகளில் கட்டி ஆம்புலன்ஸ்களுக்கு அனுப்பிக் கொண்டிருந்தார்கள். காற்றில் லேசாய் கவுச்சை வாடை வீச, அதை மோப்பம் பிடித்துக்கொண்டு கழுகுகள் வானத்தை வலம் வர ஆரம்பித்திருந்தன. சாலையோரம் முழுவதும் ஜனக் கூட்டம் கசகசக்க ஆரம்பித்து போலீஸாரின் துரத்தலுக்குப் பயந்து ஓடுவதுபோல் பாவ்லா செய்து கொண்டிருந்தார்கள்.

கோகுல்நாத் சாலையின் ஓரத்தில் நின்றிருந்த போலீஸ் ஜீப்பை நோக்கிச் சரிந்தார். ஜீப் டிரைவர், ஜீப்புக்குப்

பின்பக்கமாய் நின்றுகொண்டு 'மல்லிச்சேரி'யின் புகை இன்பத்தில் கனவுகளைப் பிரசவித்துக் கொண்டிருந்தான். பூட்ஸ் ஒலி கேட்டுத் திரும்பியவன் கோகுல்நாத்தைக் கண்டதும் முக்கால் மல்லிச்சேரியைத் தியாகம் செய்துவிட்டு ஓடி வந்தான்.

கோகுல்நாத் அவன் இருப்பதைப் பொருட்படுத்தாமல் வயர்லெஸ்ஸை இழுத்து விட்டுவிட்டுப் பேச ஆரம்பித்தார்.

"இஸ் ஈட் இன்வெஸ்டிகேஷன் டிபார்ட்மெண்ட்?"

மறுமுனை "எஸ்" என்றது.

"மிஸ்டர் விவேக் இருக்காரா?"

"ஓர் அவசர வேலையாப் புறப்பட்டு இப்பத்தான் ஸார் வெளியே போனார்."

கோகுல்நாத் ஒரு விநாடி கண்களை மூடித் திறந்தார். "ஓகே. அவர் வந்ததும் உடனடியா ஏர்க் கிராஷ் ஸ்பாட்டுக்கு வரச் சொல்லு."

"எஸ் ஸார்."

வயர்லெஸ்ஸை அணைத்துவிட்டு விவேக்கிற்காகக் காத்திருக்க ஆரம்பித்தார் கோகுல்நாத். சரியாய் அரை மணி நேரத்திற்குப் பிறகு...

ஹோண்டா ஜடஜடவென்று அதிர, அதில் ஆரோகணித்தபடி வந்தான் விவேக். கோகுல்நாத்தைப் பார்த்துக் கையசைத்தான். "பேட் மார்னிங்! மிஸ்டர் கோகுல்நாத்?"

விவேக்!

அவன் ஹோண்டாவை நிறுத்திவிட்டு இன்ஸ்பெக்டர் கோகுல்நாத்தை நெருங்குவதற்குள் அவனை வர்ணித்து விடலாம். சிவந்த நிறம். வளர்ந்த உடல், ஹிந்தி நடிகர் ராஜ் பாபரை நினைவுபடுத்தும் தோற்றம். கண்களிலும், உதடுகளிலும் எந்நேரமும் தொற்றிக்கொண்டிருக்கும் அந்தக்

குறும்பான சிரிப்பு அவனுடைய ஸ்பெஷாலிட்டி, சின்ன வயதில் சங்கர்லாலின் கதைகளை அதிகமாய்ப் படித்ததன் விளைவு அவரைப் போலவே துப்பறிவதில் புகழ்பெற வேண்டுமென்று ஆசை கொண்டான். அவனுடைய ஆசை நிறைவேறும் வகையில் இன்வெஸ்டிகேஷன் டிபார்ட்மெண்டில் இடம் கிடைக்கவே, தன் திறமை முழுவதையும் காட்ட ஆரம்பித்திருந்தான். இதுவரைக்கும் அவன் கையாண்ட இருபதுக்கு மேற்பட்ட வழக்குகள் சுக்குச்சுக்காய் கழன்று, நீதிபதிகள் மூளையை கசக்கிக்கொள்ள வேண்டிய அவசியம் இல்லாமல் செய்துவிட்டன. வழக்கு சிக்கலாக மாறும் சமயத்தில் விவேக்கிற்கு வழக்கைத் தள்ளிவிடுவது சகஜமான ஒன்று.

விவேக், இன்ஸ்பெக்டர் கோகுல்நாத்தை நெருங்கினான்.

"வாங்க மிஸ்டர் விவேக்!"

விவேக் சுற்றுப்புறத்தைப் பார்த்தபடியே இன்ஸ்பெக்டர் கையைப் பற்றிக்கொண்டான்.

"பிளைட் இப்படிக் காயலான் கடை சமாச்சாரமாய் மாற எது காரணமாம் இன்ஸ்பெக்டர்?"

"டைனமைட்டாம்."

"மை குட்னஸ்! டைனமைட்டை வெடிச்சுப் பார்க்க ஆசைப்பட்டா... போட் எடுத்துகிட்டு வங்காள விரிகுடா மத்திக்கு போறதுதானே?"

பேசிக் கொண்டே மலை ஏற முற்பட்டான் விவேக்.

"மேலே போறீங்களா விவேக்?"

"ம், நான் இன்னமும் ஸ்பாட்டைப் பார்க்கலையே?"

"அப்புறமாப் போகலாம். இப்பப் போனா மத்தியானம் நாம சாப்பிட முடியாது." விவேக் தொடர்ந்து நடந்தான். வேறு வழியில்லாமல் கோகுல்நாத்தும் பின்தொடர்ந்தார்.

"ஏர்போர்ட் ஆசாமிங்க என்ன சொல்றாங்க மிஸ்டர் கோகுல்நாத்?"

கோகுல்நாத் உதட்டைப் பிதுக்கினார். "ஒண்ணுமே சொல்ல மாட்டேங்கிறாங்க. சரியான மூடி டைப் ஆசாமிங்க. விஷயத்தை மறைக்கப் பாக்கறாங்க."

ஏறிக் கொண்டிருந்த விவேக் சட்டென்று நின்றான்.

எதிரே,

விமானம் சில்லுச் சில்லாய்ச் சிதறிக்கிடக்க, அவற்றிற்கு நடுவே ரிஸ்ட்வாட்ச் அணிந்த கைகள் - ஷூக்கள் அணிந்த கால்கள் - சலனமில்லாமல் தெரிந்தன. விமானத்தை அறுத்து உள்ளே கசகசத்த உடல்களை மண்வெட்டியால் வெட்டி எடுத்துக் கோணிப் பைகளில் சுற்றிக் கொண்டிருந்தது ஒரு காக்கி உடைக் கூட்டம்.

"ஒருத்தர்கூடப் பிழைக்கவில்லையா?"

"பிழைக்கச் சான்ஸே இல்லை."

"பாசஞ்சர்ஸ் மொத்தம் எத்தனை பேர்?"

"ட்ரிப் ஷீட்டைப் பார்த்துத்தான் சொல்லுவாங்களாம்..."

விவேக் திரும்பிச் சற்று தூரத்தில் நின்றிருந்த அந்த வெள்ளையுடுப்புக் கூட்டத்தைப் பார்த்தான். மெல்ல நடையிட்டு அவர்களை நோக்கிப் போனான்.

ஷர்மா நெற்றியைச் சுருக்கிக்கொண்டு அவனைப் பார்த்தார்.

"ஐயாம் விவேக்! இன்வெஸ்டிகேஷன் டிபார்ட்மெண்ட்..."

அவருடைய முறம் போன்ற கையைப் பிடித்துக் குலுக்கினான்.

"ஐயாம் ஷர்மா. டில்லி கண்ட்ரோல் டவர்."

விவேக் மெல்லிய குரலில் பேச ஆரம்பித்தான். "மிஸ்டர் ஷர்மா! விபத்துக்குள்ளான இந்தக் கேப்டன் பெயர் என்னவென்று சொல்ல முடியுமா?"

"மிஸ்டர் ஜெயதேவ்"

"கோ பைலட்?"

"மிஸ்டர் பிரதீப்."

"ரெண்டு பேருமே வெல் டிரெயின்ட் பைலட்ஸ் தானே?"

"சந்தேகமில்லாமல். ஜெயதேவ் ஓர் அற்புதமான பைலட். யங் ஃபெல்லோ, கல்யாணமாகாதவன். நியாயப்படி இன்றைக்கு இந்தப் பிளைட்டுக்கு இவன் பைலட் இல்லை. மிஸ்டர் விமல்நாத்தான் இந்த பிளைட்டில் வந்திருக்க வேண்டியவர். அவர் தப்பித்துக் கொண்டார்."

நெற்றியைச் சுருக்கினான் விவேக். மனசில் ஏதோ பொறி தட்டியது.

"ஏன், மிஸ்டர் விமல்நாத்துக்கு என்ன ஆயிற்று?"

"அவருடைய மதருக்கு சீரியஸ்ஸுன்னு டெலிகிராம் வந்தது. புறப்பட்டுப் போயிட்டார். அவருக்குப் பதிலா வீட்ல தூங்கிக்கிட்டிருந்த ஜெயதேவைக் கூப்பிட்டு ஷெட்யூல் போட்டோம்."

விவேக் உஷாரானான். கண்களில் பரபரப்பு மெலிதாய் அலைபரவியது.

"மிஸ்டர் விமல்நாத்துக்கு டெலிகிராம் எத்தனை மணிக்கு வந்தது என்று உங்களுக்குத் தெரியுமா மிஸ்டர் ஷர்மா?"

ஷர்மா ஏகப்பட்ட கேள்விக்குறிகளோடு விவேக்கின் முகத்தை ஏறிட்டார். "ஆறு மணிக்கு" என்றார்.

"பிளைட் டிப்பார்ச்சர் எத்தனை மணிக்கு?"

"செவன் ஃபார்ட்டி..."

"இந்த விமானம் விபத்துக்குள்ளான விஷயம் மிஸ்டர் விமல்நாத்துக்கு தெரியுமா?"

"தெரிந்திருக்க வாய்ப்பில்லை. அவர்தான் ஊருக்குப் புறப்பட்டு போய்விட்டாரே..."

"அவருக்கு எந்த ஊர்?"

“ஏதோ ஒரு கிராமம். பெயர் எனக்கு ஞாபகமில்லை.” ஷர்மா சொல்லிக்கொண்டே போக, விவேக்கின் கம்ப்யூட்டர் மூளையில் சின்னதாய் ஒரு சிவப்பு விளக்கு எரிந்தது. ‘விமல்நாத்துக்கு உண்மையாகவே தந்தி வந்ததா.... இல்லை?’ - சந்தேகம் ஒரு நூலிழையாய்ப் பிரசவமாகியது.

4

“பைலட் விமல்நாத்தின் மேல் நீங்கள் சந்தேகப்படுகிறீர்களா விவேக்?” கோகுல்நாத் கேட்க,

“கொஞ்சம்” என்றான் விவேக்.

இடம்: டில்லி சப்தர்ஜங் சாலையில் உள்ள ஒரு கூட்டமில்லாத ரெஸ்டாரெண்ட்.

நேரம்: மாலை ஏழு நிமிஷம் ஆகட்டும் என்று ஆறு மணி காத்திருந்தது.

டில்லி விடலைப் பையனைப் போலத் துருதுருவென்றிருந்தது. காற்று மட்டும் தயங்கித் தயங்கி சங்கோஜமாய் வீசியது. ஆண்களும், பெண்களும் பாரதத் திருநாட்டின் தலைநகரில் கூட்டம் கூட்டமாய்ச் சிரித்துக்கொண்டே போக நடைபாதைகளில் ‘பான்ச் பைசா தீஜியே ஜி... மாதாஜி...’ என்று வறுமைக்கோட்டுக்கு கீழே... ரொம்பவும் கீ...ழே அதலபாதாளத்தில் இருப்பவர்கள் கையேந்திக் கொண்டிருந்தார்கள். கார்களைப் பிளாட்பார ஓரமாய் நிறுத்திவிட்டுப் பிளட் பிரஷரையும், டயாபடீஸையும் இலட்சியப்படுத்தாமல் ‘குல்பி’களை வாங்கித் தின்றுவிட்டு, ஐம்பது ரூபாய் நோட்டைக் கொடுத்துச் சில்லறையை எதிர்பார்க்காமல், வறுமைக்கோட்டுக்கு மேலே... ரொம்பவும் மேலே இருப்பவர்கள் தத்தம் கார்களில் ஆரோகணித்துக் கொண்டிருந்தார்கள். டையை உறிஞ்சிவிட்டு, கப்பை

ஸாஸரின் மேல் 'நங்'கென்று வைத்துவிட்டு எழுந்தான் விவேக். ஜன்னல் வழியே டெல்லியைப் பார்த்தான். பார்த்துக்கொண்டே சொன்னான்:

"இந்த விஷயத்தில் நாம் விமல்நாத்தை ஜாக்கிரதையாய் அணுகவேண்டும்."

"எப்படி?"

"நாம் அவர்மேல் சந்தேகப்படுகிறோம் என்பதை அவருக்குத் தெரியக்கூடாது. முதலில் அந்த டெலிகிராம் மேட்டர் உண்மைதானா என்பதைக் கண்டுபிடிக்க வேண்டும்... அந்தத் தேதியில் அவருடைய அம்மாவுக்கு சீரியஸ்தானா என்பதை ஊர்ஜிதப்படுத்திக்கொள்ள வேண்டும்..."

"அது ரொம்பக் கஷ்டம் விவேக், நாம் அவரிடம் கொஞ்சம் எசகுபிசகாய்க் கேள்வி கேட்டாலும் போதும். மனுஷன் உஷாராயிடுவார்..."

"யூ... ஆர் கரெக்ட் மிஸ்டர் கோகுல்நாத். அவரைச் சுற்றி வளைத்துதான் பிடிக்கவேண்டும். பிளைட் விபத்துக்குள்ளாகி இன்றைக்கு நான்கு நாட்கள் ஆகப்போகின்றன. அநேகமாய் விமல்நாத் இன்றைக்கு ஊரிலிருந்து திரும்பியிருக்கலாம். ஏர்போர்ட்டில் போய் விசாரிப்போம்."

இருவரும் எழுந்தார்கள்.

பில்லுக்குக் காசை வைத்துவிட்டு தெருவில் இறங்கினார்கள். கெச்சலான சிங், டாக்ஸியை நகர்த்திக்கொண்டு வர அதில் சட்டென்று ஏறி ஐக்கியமானார்கள். "பாலம் ஏர்போர்ட்" என்றார்கள். டாக்ஸி, வேகம் பிடித்துச் சீறியது.

சோடியம் வேபர் விளக்குகள் மாம்பழ நிற வெளிச்சத்தைச் சாலை நெடுக அள்ளித் தெளித்திருந்தது. ஆட்டோமேட்டிக் ஸிக்னல் விளக்குகள் பச்சையிலும், மஞ்சளிலும், சிவப்பிலும் மாறி மாறி இயங்கிப் போக்குவரத்தை வெட்டிக் கொண்டிருந்தது. கன்னாட் பிளேஸ் சர்க்கிளில்

சாலையோரத்தில் அமிதாப்பச்சனும், தர்மேந்திராவும் "ராம் பலராம்" என்று கத்திக்கொண்டு கைகளில் 'கன்'களோடு நின்றிருந்தார்கள். ரேகாவும், ஜீனத்தும் குட்டைப் பாவாடைகளில் குனிந்து விழிகளை உயர்த்திப் பார்க்க, டில்லிவாசிகள் அதை இலட்சியம் செய்யாமல் போனார்கள்.

இருபது நிமிஷம்.

டாக்ஸி பாலம் ஏர்போர்ட்டின் வாசலில் சிக்கென்று நின்றது. மீட்டரைப் பார்த்துப் பணம்கொடுத்த விவேக், டாக்ஸி நகரும்வரை பேசாமல் இருந்துவிட்டுப் பிறகு மெல்லிய குரலில் சொன்னான். "நீங்கள் இங்கேயே இருங்க கோகுல்நாத்... நான் கௌண்டர்ல விசாரிச்சிட்டு வந்துடறேன்..."

தலையாட்டினார் கோகுல்நாத்.

விவேக் ஏர்போர்ட்டின் உள்ளே பாய்ந்தான்.

"அடிஸ் அபாபா செல்லவிருக்கும் பயணிகளின் பிளைட் நம்பர் 567-க்குச் சென்று அமரும்படி கேட்டுக் கொள்ளப்படுகிறார்கள். டிபார்ச்சர் டைம் ஈஸ் செவன் பிப்டி..." மழலை ஆங்கிலத்தில் கொஞ்சிக்கொஞ்சிப் பேசினாள் அனௌன்ஸிங் கேர்ள். அடிஸ் அபாபா செல்ல வேண்டிய அவசியம் இல்லாத விவேக், ரிசப்ஷன் கௌண்டரை நோக்கிப் போனான்.

கொஞ்சம் சிரிப்பு, கொஞ்சம் கொஞ்சல் கலந்து டெலிபோனில் யாருக்கோ ஒரு தகவலைச் சொல்லிக்கொண்டிருந்த அந்த ரிசப்ஷனிஸ்ட் பெண், விவேக்கைப் பார்த்ததும் ரிஸீவரின் வாயைத் தன் நீண்ட பொன்னிற விரல்களால் செல்லமாய் மூடிக்கொண்டு தேன் கசிகிற குரலில், "குட் யூ வெயிட் ஃபார் ஃப்யூ செகண்ட்ஸ்?" என்றாள்.

"வித் பிளஷர்" என்ற விவேக் அவளை அளந்தான். ஒரு பெண் எப்படியெல்லாம் அழகாய் இருக்க வேண்டுமோ

அப்படியிருந்தாள் அவள். இயற்கைப் புருவங்களை மழித்து ஐப்ரோ பென்சிலால் புருவத்தை அழகாகத் தீட்டியிருந்தாள். விழிகளில் 500 கிலோ வாட் மின்சாரத்தை ஸ்டாக் வைத்திருந்தாள். சதைப்பிடிப்பான உதடுகளில் புன்னகையை நிறுத்தியிருந்தாள். நுனி நாக்கில் சரளமான ஆங்கிலத்தைக் குடிவைத்திருந்தாள். கழுத்தில் மெல்லிய தங்கச் சங்கிலியொன்றை ஊசலாட விட்டிருந்தாள். அதற்குக் கீழே விவேக்கின் பார்வை செல்வதற்குள்...

"வாட் கேன் ஐ டு ஃபார் யூ ஸார்?" அவள் கேட்டாள்.

விவேக் தொண்டையை மெல்லச் செருமிக்கொண்டான்.

"நான் மிஸ்டர் விமல்நாத்தைப் பார்க்கவேண்டும்."

"பைலட் விமல்நாத்?"

"யெஸ். தேர் யூ ஆர்..."

"வாட் ஏ ஃபன்னி கோ-இன்சிடன்ஸ்?"

"வாட் டூ யூ மீன்?"

"மிஸ்டர் விமல்நாத்தைக் கேட்டு இப்பத்தான் அவரோட பிரதர் சுரேந்திரகுமார் எனக்குப் போன் செய்தார். இன்னமும் அவர் ஊரிலிருந்து வரவில்லையென்று தகவல் சொன்னேன்."

விவேக்கின் மூளையில் அலாரம் அடித்தது. 'விமல்நாத்தின் அம்மாவுக்கு உண்மையாகவே சீரியஸாக இருந்தால் விமல்நாத்துக்குத் தந்தி வந்ததைப்போலச் சுரேந்திரகுமாருக்கும் அல்லவா வந்திருக்க வேண்டும்? சுரேந்திரகுமார் ஊருக்குப் போகவில்லை. இங்கேயே இருந்திருக்கிறார். அப்படியானால்...?'

ரிசப்ஷனிஸ்ட் பெண் குறுக்கிட்டாள்.

"உங்களுக்கும் அதே பதில்தான். பைலட் விமல்நாத் இன்னமும் ஊரிலிருந்து திரும்பவில்லை."

"டூ யூ ஹேவ் எனி ஐடியா, வென் ஹி வில் கம் ஹியர்?"

"ஐ டோண்ட் நோ..."

“ஓ.கே. நான் விமல்நாத்தைத்தான் பார்க்கவேண்டும் என்ற அவசியம் இல்லை. அவருடைய தம்பி சுரேந்திரகுமாரைப் பார்த்தால்கூடப் போதும். அவருடைய ரெஸிடென்ஸ் அட்ரஸ் கொடுக்க முடியுமா?”

அந்த ரிசப்ஷனிஸ்ட் ஒரு விநாடி தயங்க...

“ப்ளீஸ்” என்றான் விவேக்.

“ஃபார் வாட் பர்ப்பஸ் யூ ஆர் கோயிங் டு மீட் ஹிம்? மே ஐ நோ த ரீசன்?”

விவேக் புன்னகைத்தான். “ரீசன் ஈஸ் வெரி சிம்பிள் அண்ட் பிளஸண்ட். ஒரு மேரேஜ் அலையன்ஸ் விஷயமாய் அவரைப் பார்க்கவேண்டும். தட்ஸ் ஆல்...”

விவேக் சொன்ன சரளமான பொய்யை அவள் சட்டென்று நம்பினாள். டெலிபோனுக்குப் பக்கத்தில் இருந்த அந்தச் சின்னஞ்சிறு சிவப்பு நிற டயரியை எடுத்தாள். பக்கங்களைத் திருப்பிப் பார்வையை ஒரு பக்கத்தில் நிலைக்க வைத்தாள். சொன்னாள். “ப்ளீஸ் ரைட் டவுன் திஸ் அட்ரஸ் இன் ஏ பீஸ் ஆஃப் பேப்பர். மிஸ்டர் சுரேந்திரகுமார் பி.ஈ, சிவில் கன்சல்டெண்ட், ஜோதிபாக் ஹவுசிங் யூனிட், ஃபிளாட் நம்பர் 11.”

ஒரு துண்டுக் காகிதத்தில் அட்ரஸை மளமளவென்று குறித்துக்கொண்ட விவேக், முகம் பூராவும் சிரிக்க, “தேங்க்யூ வெரி மச்” என்றான். திரும்பிப்போக முற்பட்டான்.

“ஒன் மினிட் ப்ளீஸ்!”

விவேக் நின்றான்.

“உங்களைப் பற்றி நீங்கள் ஒன்றுமே சொல்லவில்லையே! ப்ளீஸ் கிவ் யுவர் டீடெயில்ஸ்...” டைரியில் குறிக்கத் தயாரானாள் அவள்.

விவேக் சிரிப்பு மாறாமல் மறுபடியும் பொய்யை அள்ளினான். “என்னோட பேரு வைகுண்ட ராமன்,

ரெட்ஃபீல்டுல கார்த்திகா அண்டு கம்பெனியில் மானேஜரா இருக்கேன். தட்ஸ் ஆல்.”

“வை...குண்ட....ராமன்?”

“எஸ்.”

“ப்யூட்டிஃபுல் நேம்...”

“வாட் அபௌட் மீ? அழகாயில்லையா?”

“யூ டூ!” அவள் சிரித்தாள். கடைவாயில் ஒளிந்திருந்த ஒரு சின்னத் தெற்றுப்பல் பளீரிட அவள் இன்னமும் அழகாய்த் தெரிந்தாள் விவேக்குக்கு.

விவேக் ஏர்போர்ட்டை விட்டு வெளியே வந்தான்.

கோகுல்நாத் புகைமண்டலத்தில் மிதந்து கொண்டிருந்தார். விவேக்கைக் கண்டதும் ஆவலானார். “என்ன, ஆள் வந்துட்டாராமா?”

“இன்னமும் இல்லை...”

“உச்” உதட்டைப் பிதுக்கினார் கோகுல்நாத்.

“சலிச்சுக்காதீங்க மிஸ்டர் கோகுல்நாத். விமல்நாத்தைக் காட்டிலும் இன்னொரு நபர் முக்கியமான நபரை நாம இப்பப் பார்க்கப்போறோம்...”

“யார்?”

“விமல்நாத்தோட தம்பி சுரேந்திரகுமார். ஜோதிபாக் ஹவுசிங் யூனிட்ல இருக்கானாம். ஹி ஈஸ் எ இன்ஜினியர்.”

“அவனைப் பார்த்து என்ன பேசபோறீங்க விவேக்...? வி ஹேவ் டு டாக் வித் விமல்நாத் ஒன்லி.” சொன்ன கோகுல்நாத்தைப் புன்னகையோடு பார்த்தான் விவேக்.

“மிஸ்டர் கோகுல்நாத்! நீங்க ஒண்ணைப் புரிஞ்சுக்கலை, அம்மாவுக்கு சீரியஸ்ஸுன்னு தந்தி வந்ததா சொல்லிட்டு விமல்நாத் ஊருக்குப் போயிருக்கார். ஆனா சுரேந்திரகுமார் போகலை. டில்லியிலேதான் இருக்கார். விமல்நாத்தோட

நடவடிக்கையிலே என்னவோ மர்மம் இருக்கு. அதை மொதல்ல நாம தெரிஞ்சுக்கணும்" கோகுல்நாத்துக்கு இணையாய் நடந்தபடியே சொன்னான் விவேக்.

கோகுல்நாத்தின் கண்கள் வியப்பால் கூர்மையாகி விவேக்கின் முகத்தில் பதிந்தது. "யூ ஆர் டூ ஸ்மார்ட் விவேக்... எனக்கு இந்த எண்ணமே தோணலை. நீங்க சொன்னது சரிதான், அந்த சுரேந்திரகுமாரைச் சந்திச்சுப் பேசினா நிறைய விஷயம் கிடைக்கும். பட் ஒன் திங்... நாம் ரெண்டுபேருமாய்ப் போய் அவனைச் சந்திக்கக்கூடாது. நீங்க மட்டும் போங்க. ஏதாவது ஒரு பொய்யைச் சொல்லிகிட்டு போங்க. சகஜமாய்ப் பேசறது மாதிரியே பேசி விஷயத்தைக் கிரகிக்கப் பாருங்க..."

"அப்போ நீங்க வரலையா?"

"இல்லை நான் ஹோட்டலுக்குப் போறேன். நீங்க போயிட்டு வாங்க..."

டாக்ஸி ஸ்டாண்டில் நின்றிருந்த டாக்ஸி ஒன்றை அணுகினார்கள் இருவரும்.

"ஜோதிபாக் ஹவுஸிங் யூனிட்." சொல்லிவிட்டு பின்சீட்டில் சாய்ந்தான் விவேக். கோகுல்நாத் தான் தங்கியிருக்கும் ஹோட்டலுக்குப் போக இன்னொரு டாக்ஸியை நோக்கிப் போனார்.

ஜோதிபாக் ஹவுசிங் யூனிட் டில்லியின் ஆரவாரங்களுக்குத் தப்பி அமைதி தவழும் ஒரு யோகியைப்போல் காட்சியளித்தது.

புதிதாய்ப் போடப்பட்ட மண்ரோடு. ரோட்டையொட்டி நிர்மாணிக்கப்பட்ட ஜவகர்லால் நேரு குழந்தைகள் பூங்கா. குழந்தைகள் சொற்ப அளவில் காணப்பட, பெரியவர்கள் நிறையத் தெரிந்தார்கள். போக்குவரத்தே இல்லாத, அந்தச் சாலையில் கைக்குழந்தைகளை வாக்கிங் சைக்கிளில் வைத்து குஜராத்தித் தாய்மார்கள் தள்ளிக்கொண்டு போனார்கள்.

விவேக் ஃபிளாட் நெம்பர் பதினொன்றைத் தேடிக்கொண்டிருந்தான். டாக்ஸியைவிட்டு இறங்கிய பத்தாவது நிமிஷம் அந்தப் ஃபிளாட் அவன் கண்களுக்குச் சிக்கியது. அதை நோக்கி நடந்தான். ஃபிளாட் முழுக்க நிறையக் குடித்தனங்கள். குழந்தைகள் அமோகம். ஆபீஸிலிருந்து வீடு திரும்பியிருந்த அப்பாவிக் கணவன்மார்கள் சினிமாவுக்குப் போயிருந்த மனைவிமார்களுக்காகக் காத்துக் கொண்டிருந்தார்கள்.

விவேக் ஒருத்தரை நெருங்கிக் கேட்டான்.

"மிஸ்டர் சுரேந்திரகுமார் பிளாக் எது?"

"சுரேந்திரகுமார் பி.ஈ. கன்சல்டண்ட் இன் சிவில்?"

"எஸ்."

"அதோ!" கையைக் காட்டினார் பின்பக்கமாய்.

விவேக் திரும்பிப் பார்த்தான். தொளதொளவென்று தொங்கும் பைஜாமாவோடும், வலை பனியனோடும் ஒரு முப்பது வயது இளைஞன் பல்லைக் குத்திக்கொண்டு வாசலில் நின்றிருந்தான்.

"அவரா!"

"அவரே தான்!"

சுரேந்திரகுமாரை நோக்கி நடந்தான், விவேக். அவனை நெருங்கியதும் மெல்லப் புன்னகைத்தான். சுரேந்திரகுமார் புன்னகைக்க மறுத்தான். மூக்குக் கண்ணாடி வழியே விவேக்கை அளந்தான்.

"மிஸ்டர் சுரேந்திரகுமார்?"

"நான்தான்" கத்திக்குத்து மாதிரி பேச்சு இருந்தது.

"என்னோட பெயர் விவேகானந்தன். ஒரு சினிமா தியேட்டர் கட்டணும்னு ரொம்ப நாளாகவே ஒரு ஆசை. தியேட்டர் பிளானை அற்புதமாய் அமைக்கணும்னு ஒரு பிடிவாத மனசு எனக்கு. நீங்க அருமையான ஆர்க்கிடெக்ட்ன்னு என்னோட

பிரண்ட்ஸ் சொல்லக் கேள்விப்பட்டு உங்களைத் தேடிட்டு வந்தேன்.” விவேக் சரளமாய் சொல்லிக்கொண்டே போக... சுரேந்திரகுமார் புன்னகைக்க ஆரம்பித்து... மெலிதாய்ச் சிரித்தான். “ப்ளீஸ் கம் இன்” என்றான்.

விவேக் உள்ளே நுழைந்தான். சின்ன பிளாக் டயனோரா டி.வி. வெள்ளைக்கலரில் ஒரு பிரிஜ். ரோஜா வண்ணத்தில் டேபிள் ஃபேன். எல்.கே.ஜி. குழந்தைகள் கிறுக்கின மாதிரி மாடர்ன் ஆர்ட் ஓவியங்கள். நீள நீளமாய் சோபா-கம்-பெட்டுகள். பாலிஷ் ஏற்றப்பட்ட பிரம்பு நாற்காலிகள். தங்க மீன்கள் நீந்தும் ஃபிஷ் டப்.

“உட்காருங்கள்!” என்றார் சுரேந்திரகுமார்.

உட்கார்ந்தான் விவேக்.

“தியேட்டர் கட்ட வேண்டும் என்று சொன்னீர்களே! எஸ்டிமேட் எவ்வளவு?”

“சுமார் முப்பது லட்சம்.”

“வெல் எஸ்டிமேட்டட், ஃபென்டாஸ்டிக் பிளான் என்கிட்ட இருக்கு.”

விவேக் நாற்காலியின் நுனிக்கு நகர்ந்தான். “தேங்க் யூ வெரி மச் மிஸ்டர் சுரேந்திரகுமார்! நீங்க கேக்கற பீஸைத் தர்றேன். பட் பிளான் டிஃபரண்ட்டா இருக்கணும்.”

“இருக்கும். ஷ்யூரா இருக்கும். பிளானைப் பார்க்கறீங்களா?”

“ஒன் மினிட் மிஸ்டர் சுரேந்திரகுமார்!”

பீரோவை நோக்கிப்போன சுரேந்திரகுமார் நின்றான்.

விவேக் மெல்லிய குரலில் கேட்டான். “உங்க கூடப் பிறந்தவங்க யாராவது ஏர்போர்ட்டில் வேலை பார்க்கிறாங்களா?”

சுரேந்திரகுமார் மௌனமாய் நிற்க...

விவேக் சொன்னான், "உங்க மாதிரியே ஒருத்தரை டில்லி ஏர்போர்ட்டில் அடிக்கடி பார்க்கிறேன். ஹி ஈஸ் எ பைலட், பெயர் விமல்நாத். அவர் உங்களுக்கு ஏதாவது உறவா?"

சுரேந்திரகுமாரின் முகம் கோபத்தில் சிவக்க ஆரம்பித்தது.

5

விமல்நாத்தின் பெயரைக் கேட்டதுமே சுரேந்திரகுமாரின் நெற்றியோர நரம்புகள் புரண்டு துடிப்பதை உன்னிப்பாய்க் கவனித்தான் விவேக். முகம் ரத்தத்தை ஏராளமாய் உற்பத்தி செய்துகொண்டு தக்காளி நிறத்துக்கு மாறியது.

“நான் என்ன அந்த அயோக்கிய ராஸ்கல் மாதிரியாகவா இருக்கிறேன்?” சுரேந்திரகுமாரின் உதடுகள் அனலாய் வார்த்தைகளை வீசின.

விவேக் உஷாரானான். ‘அண்ணன் தம்பிக்குள் என்னவோ இருக்கிறது. இவனை ஜாக்கிரதையாய் அணுக வேண்டும். இது முக்கியம்.’ மனசுக்குள் சொல்லிக்கொண்டான்.

விவேக் மன்னிப்பு கேட்கிற பாவனையாகப் புன்னகைத்தான்.

“ஸாரி... மிஸ்டர் சுரேந்திரகுமார். என் மனசுக்குப் பட்டதைக் கேட்டுவிட்டேன். தப்பானால் எக்ஸ்ட்ரீம்லி ஸாரி. உங்களுக்கு அவர்மேல் இத்தனை கோபம் இருக்குமென்று...” விவேக் பேச்சை முடிக்கவில்லை. சுரேந்திரகுமார் வார்த்தைகளைக் கொட்டினான்.

“அதெப்படி அவனைப்போல் நான் இருக்க முடியும்? அவன் காட்டெருமை மாதிரி இருப்பான். நான் அந்த மாதிரியாகவா இருக்கேன்? அவன் ஒரு தண்ணிப் பீப்பாய். எக்கச்சக்கமாக் குடிப்பான். சோடா கலக்காமே ‘ரா’வாகவே பாட்டில் பாட்டிலா குடிக்கிறானாம். பிளைட் எடுப்பதற்கு இருபத்தி

நாலு மணி நேரத்துக்கு முன் ட்ரிங்க்ஸ் செய்யக் கூடாதுன்னு பைலட்களுக்குரிய கடுமையான விதி இருக்கு. ஆனா அவன் பாட்டிலோடதான் காக்பிட்டுக்குள்ளாற நுழைவான். ஆனா நான் இதுநாள் வரைக்கும் அந்த வாசத்தை மோந்து பார்த்திருப்பேனா? வீட்டில் பெண் எல்லாம் பார்த்து நிச்சயம் பண்ணின பிறகு பெத்தவங்களோட வயிற்றிலே நெருப்பை அள்ளிக்கொட்டற மாதிரி பம்பாயில் எவளையோ ஒரு பார்ஸிக்காரியை ரிஜிஸ்டர் கல்யாணம் பண்ணிகிட்டு அந்தத் தகவலை ஒரு போஸ்ட் கார்டில் எழுதிப் போட்டானே, அவன் மாதிரியா நான் பண்ணினேன்? அம்மா பார்த்து முடிவு பண்ணின பெண்ணோட கழுத்திலேதான் நான் தாலி கட்டியிருக்கேன். அப்படித்தான் அவனுக்குப் பிடிச்ச பார்ஸிக்காரியைக் கல்யாணம் பண்ணிக்கிட்டானே, அவ கூடவாவது சந்தோஷமா குடும்பத்தை நடத்தலாம் இல்லையா? அந்த ராஸ்கல் என்ன பண்ணினான் தெரியுமா? ஓட்டல் 'நீடோஸ்'ல எவளோ ரீடாவாம், காபரே டான்ஸர். அவகூட கூத்தடிக்கிறானாம். வாரத்தில் ஒரு நாள் ரெண்டு நாள் அவகூட வெளியூர் பயணமாம். இவனெல்லாம் ஒரு பைலட். மாசம் மூவாயிரம் நாலாயிரம்ன்னு சம்பளம் வாங்கற ஆபீஸர்... த்தூ...!"

வெறிபிடித்த ஒரு ஹிஸ்டீரியா பேஷண்டைப்போல் கழுத்து நரம்புகள் புடைக்க வயிறு எக்கிக் கத்தினான் சுரேந்திரகுமார். சமையலறையின் உள்ளேயிருந்து ஒரு பெண் எட்டிப் பார்த்தாள். சுரேந்திரகுமாரின் மனைவியாய் இருக்கவேண்டும். சற்று பரபரப்போடு வெளியே வந்தாள். கத்திக்கொண்டிருந்த கணவனின் அருகில் வந்தாள். அவளைப் பார்த்ததும் சுரேந்திரகுமார் ஆங்காரமாய்ச் சிரித்தான். "பாத்தியா சோனி. நான் அந்தப் பொறுக்கிப் பய மாதிரி இருக்கேனாம். அவனை மாதிரி நான் இருக்கிறதா இனி யாராச்சும் ஒருத்தர் என்னைக் கேட்கட்டும்... என்னோட மூஞ்சியையே நெருப்பாலே தீய்ச்சு மாத்திக்கப் போறேன்."

விவேக் பரபரப்பாய் எழுந்தான்.

"ஸாரி மிஸ்டர் சுரேந்திரகுமார். உங்க மனசை நான் ரொம்பவும் புண்படுத்திட்டேனா? உங்க பிரதர் மேல் உங்களுக்குக் கோபம் இருந்தா அவரைப் பற்றி பேச வேண்டாம். லெட் அஸ் டாக் ஆன் அதர் டாபிக்ஸ்..."

சமாதானப்படுத்தும் நோக்கத்தோடு தன் கைகளைப் பற்ற வந்த விவேக்கின் கைகளைப் படீரெனத் தட்டிவிட்டு ஒரு பாம்பின் இரைச்சலோடு பெருமூச்சு விட்டுக்கொண்டு சோபா-கம்-பெட்டில் உட்கார்ந்தான் சுரேந்திரகுமார்.

விவேக் திகைத்துப்போய் நிற்க,

சுரேந்திரகுமாரின் மனைவி விவேக்கை ஒரு கனமான சோகத்தோடு ஏறிட்டாள். குரல் பின்னிட அழகான இந்தியில் பேச ஆரம்பித்தாள்; "என்னோட கணவரை இனி ஒரு மணி நேரத்துக்குக் கண்ட்ரோல் பண்ண முடியாது. ஆங்சைட்டிமேனியா அவருக்கு இருக்கு. இவரோட அண்ணன் பெயரைக் கேட்டாலே இவருக்கு ஆகாது. இவருக்கு அப்பா, அம்மா என்றால் தெய்வங்கள் மாதிரி. இவருடைய அண்ணா விமல்நாத்துக்கு அப்படியில்லை. அப்பா, அம்மாவைக் கொஞ்சம்கூட மதிக்கமாட்டார். விமான பைலட்டா அவர் வந்ததும் குடும்பத்தோட கஷ்டமெல்லாம் தீர்ந்துடும்னு அவங்க அப்பா நினைச்சார். ஆனா அந்த மகன் அப்படி நினைக்கல்ல. 'நீங்க பட்ட கடனுக்கு நான் பொறுப்பாளியாக முடியாது'ன்னு பட்டவர்த்தனமாகச் சொல்லிட்டார். அந்த அதிர்ச்சியில் மயக்கமா சாஞ்சவர் கண்ணை மூடிட்டார். அப்போ என் கணவர் பி.ஈ. ஃபைனல் இயர் படிச்சிட்டிருந்தார். அவரோட அண்ணன் கொள்ளி வைக்கக்கூட ஊருக்கு வரலை. இவர்தான் வெச்சார். அண்ணனோட செய்கைகளைப் பார்த்து மனசு காயப்பட்டுப்போன இவருக்கு நாளடைவில் இந்த ஆங்சைட்டிமேனியா வந்திடுச்சு. அவரோட அண்ணனைப் பத்தி பேச்செடுத்தாலே போதும், ஆவேசமாகக் கத்துவார். அவர் செஞ்ச அநாகரிகத்தைப் பட்டியல் போட்டுக்

காட்டற மாதிரிப் பேசுவார். சிலசமயம் கோபம் அதிகமாகி எதிராளியையே சட்டையைப் பிடிச்சு அடிச்சுடுவார். ப்ளீஸ்... இப்ப நீங்க என்ன வேலையாய் வந்திருந்தாலும் சரி... போயிட்டு நாளைக்கு வாங்க. இன்னிக்கு எதுவும் பேச வேண்டாம்.”

விவேக் எழுந்தான்.

பக்கவாட்டில் உட்கார்ந்தபடி அவரையே முறைத்துக் கொண்டிருந்த சுரேந்திரகுமாரைப் பார்த்தான். ‘இனிமேல் இவனிடம் பேச முடியாது. ஆங்சைட்டிமேனியா இருப்பவர்களை மேலே மேலே பேசவிட்டால் ஆபத்தானது எதிராளியின் சட்டை நார் நாராகிவிடும்.’

“நமஸ்தே பெஹன்ஜி...” - கையைக் கூப்பிவிட்டு வாசல் கதவை நோக்கி நடந்தான் விவேக். அந்த வினாடி காம்பௌண்ட் கேட்டைத் திறந்துகொண்டு கையில் பூக்கூடையோடு ஒரு வயதான அம்மாள் உள்ளே நுழைந்தாள். வெள்ளரிப் பழமாய்ப் பழுத்த முகம். நெற்றியில் விபூதிக் கீற்று, கொக்கு வெள்ளையாய் சேலை.

விவேக் பார்வையைத் திருப்பி, சுரேந்திரகுமாரின் மனைவியைப் பார்த்தான். அவள் இறுகிப்போன முகத்தோடு சொன்னாள்: “அவரோட அம்மா... என்னோட அத்தை...”

விவேக்கின் நெற்றியில் வியப்பு, மாநாடு போட்டது.

“சுரேந்திரகுமாரின் அம்மாவா?”

“ஆமா...”

“அவங்க ஊரில் இருக்கிறதா கேள்விப்பட்டேன்...”

“இருக்காதே. இரண்டு வருஷத்துக்கு முன்னாடிவரை ஊர்லதான் இருந்தாங்க, என்னோட கணவர் விடாபிடியா தன்னோடவே கூட்டிகிட்டு வந்துட்டார்...”

ஆர்ப்பரிக்க ஆரம்பித்த மனசை, ‘அமைதி அமைதி!’ என்று சொல்லி அடக்கினான் விவேக். ‘விமல்நாத்தின்

அம்மா இதே டில்லியில் இருக்கையில் 'மதர் சீரியஸ்' என்று எப்படித் தந்தி வந்திருக்க முடியும்? வேண்டுமென்றே கொடுக்கப்பட்ட தந்தியாக அது இருந்தால், அதை யார் கொடுத்திருப்பார்கள்? பைலட் விமல்நாத்தை அந்த எய்ட் சிக்ஸ் சிக்ஸ் நெம்பர் பிளைட்டில் இயங்கவிடாமல் தடுத்தது யார்? இந்த விபத்தில் விமல்நாத்தின் பங்கு எத்தனை சதவிகிதம்? இந்த விபத்தால் அவருக்கு என்ன இலாபம்?'

வானொலி க்விஸ் மாஸ்டரைப்போல், மனம் கேள்விகளை வீசிக்கொண்டே போக - பரீட்சைக்குப் படிக்காமல் வந்துவிட்ட ஊர் சுற்றி மாணவனைப் போல விழிக்க ஆரம்பித்தான் விவேக். 'சுரேந்திரகுமாரின் பேச்சிலிருந்து விமல்நாத் ஒரு மாதிரியான பேர்வழி என்று புரிகிறது. குடிப்பழக்கம் இருப்பதால் மட்டும் அவர் கெட்டவர் இல்லை. பைலட்டுகளில் குடிக்காதவர்கள் கம்மி... பெண்களைத் தேடிப் போகாதவர்கள் கம்மி. விமல்நாத்துக்குச் சட்டப்படி ஒரு பார்ஸிக்காரி மனைவியாய் இருக்கிறாள். அதைத் தவிர...'

'அது என்ன ஹோட்டல்? நீடோஸ்? எஸ்! நீடோஸ்... அதில் டான்சர் ரீடா விமல்நாத்துக்குப் பழக்கமாகியிருக்கிறாள்.அவளைப் போய்ப் பார்க்கலாமா?'

நடந்துகொண்டே யோசித்தான் விவேக்.

'இந்த விபரீதமான விபத்து என் காலை வாரிவிடப் போகிறது. விமானத்தில் வெடிகுண்டு வைக்கப்பட்டு பம்பாய்க்குப் பத்தாவது மைலில் விமானம் வெடித்துச் சிதறியிருக்கிறது. இங்கே டில்லியில் ஹோட்டல் நீடாஸைத் தேடிக்கொண்டு அந்த காபரே டான்சர் ரீடாவைப் பார்க்கப் போகிறேன்.'

'தவறான இலக்கை நோக்கிப் போய்க் கொண்டிருக்கிறேனா?'

முதன்முதலாய் பயந்தான் விவேக்.

ஹோட்டல் நீடோஸ் இரவுக்குத் தன்னை அலங்கரித்துக்கொள்ள ஆரம்பித்திருந்தது. ஆக்ரா மெயின்ரோட்டின், ஏறக்குறையக் கடைசியில் ஹவுசிங் யூனிட்டுகள் உதயமாகிக் கொண்டிருக்கும் ஸோனா மார்க் சௌக் எல்லையில் அந்த ஹோட்டல் ஒரு குத்துக் கல்லைப்போல் செங்குத்தாய் நின்றிருந்தன. அதன் உடம்பில் இல்யூமினிஷேன் விளக்குகள் பரவியிருக்க, முன்னாடி ஒரு ஃபுட்பால் கிரௌண்டைப்போல் விரிந்திருந்த போர்டிகோவில் கார்கள் அணிவகுத்து நின்றிருந்தன.

டாக்ஸியை அனுப்பிவிட்டு உள்ளே நுழைந்தான் விவேக். 'காபரே ஹால்' கறுப்பு வண்ண பிளாஸ்டிக் பிளேட்டில் வெள்ளை நிற ஆங்கில எழுத்துக்கள் பளிச்சென்று தெரிந்தன. கூடவே மேற்கு திசையை நோக்கி ஓர் அம்புக்குறி தெரிந்தது.

அம்புக்குறி காட்டிய பக்கமாய் நடந்தான் விவேக். சில கெஜ தூரத்திலேயே காபரே ஹால் கண்ணுக்குச் சிக்கியது. ட்ரம் இசையும், கிதார் இசையும் இழைந்து இழைந்து அடக்கமாய் வெளிப்பட்டுக் கொண்டிருந்தது. ஹாலுக்குள்ளேயே ஸ்பாட் லைட் அங்கும் இங்கும் ஓடிக் கொண்டிருந்தது.

'ப்ளீஸ் கெட் யுவர் டிக்கெட்ஸ் ஹியர்' - லாமினேட் பதிக்கப்பட்ட ஒரு சிறிய டிக்கெட் கௌன்டர் அவனை வரவேற்றது. உள்ளே ஒருவன் கையில் பால் பாயிண்ட் பேனாவோடும், டிக்கெட் புக்கோடும் காத்திருந்தான்.

விவேக் அவனை நெருங்கினான். கேட்டான்.

"இன்றைக்கு காபரே டான்சர் யார்?"

"மிஸ் ரீடா!"

"ஒன் டிக்கெட் ப்ளீஸ்..." நூறு ரூபாய்த் தாளை நீட்டினான் விவேக்.

"எக்ஸ்க்யூஸ் மீ ஸாரி... டுடேஸ் டிக்கெட் ஈஸ் ருபீஸ் டூ ஹண்ட்ரட்..."

விவேக் புருவத்தை நெறித்தான். வாய் விட்டுத் தமிழில் திட்டினான். "பாவிப் பசங்களா... ஏண்டா இப்படிக் கொள்ளையடிக்கிறீங்க...? ஆம்பளைகளோட பலவீனத்தை உபயோகப்படுத்தி நல்லாச் சம்பாதிக்கிறீங்கடா...!"

"வாட் ஆர் யூ ஸேயிங்?"

"நத்திங். கிவ் மீ ஒன் டிக்கெட்..." விவேக் இன்னொரு நூறு ரூபாய்த் தாளை வீச, ஒரு கிலோமீட்டர் நீளத்துக்கு இருந்த ஒரு டிக்கெட்டைக் கிழித்து நாற்காலி எண்ணைச் சிவப்புப் பென்சிலால் எழுதினான்.

டிக்கெட்டோடு உள்ளே - அரையிருட்டில் நுழைந்த விவேக்கை நீல நிற சூட்டில் இருந்த ஒரு வாலிபன் - டிக்கெட்டில் குறிப்பிட்டிருந்த நாற்காலி எண்ணுக்குக் கூட்டிச் சென்றான். உட்கார வைத்தான். "ஐயாம் அட் யுவர் சர்வீஸ் சார்... உங்களுக்கு எது தேவையோ கேளுங்கள். தருகிறோம்..." பவ்யமாய்க் குனிந்து சொன்னான்.

விவேக் புன்னகைத்தான், கேட்டான் "எது வேண்டுமானாலும் தருவீர்களா?"

"சர்ட்டன்லி..."

"ஒரு வெள்ளை யானைக்கால் சூப் கிடைக்குமா?"

"யூ ஹாவ் குட் ஹ்யூமர் சென்ஸ்" - அவன் நகர்ந்தான் சிரித்தபடி.

விவேக் சுற்றுப்புறத்தை அளந்தான். அரையிருட்டு, முகங்கள் தெளிவாக இல்லாமல் சரியாக டெவலப் செய்யப்படாத ஃபிலிம் ரோலாய்க் காட்சியளித்தது. விஸ்கியின் கசப்பான நாற்றம், சிகரெட் புகை, தாழ்ந்த குரல் ஸ்தாயிகள், பேரர்களின் போலித்தனமான மரியாதை, டம்ளர்கள் உரசப்படும் சப்தம்.

திடீரென்று மைக் கரகரத்தது.

"ஜென்டில்மேன்... விஷ்ஷிங் யூ எ வெரி ப்ளஸண்ட் நைட் அட் ஹோட்டல் நீடோஸ். நவ் யுவர் ஏங்சியஸ்

எக்ஸ்பெக்டேஷன் ஈஸ் அரைவிங். எஸ்... மை டியர் பேட்ரன்ஸ்... ரீடா ஈஸ் டான்சிங் ஃபார் யூ...”

கூட்டம் கை தட்டி ஆர்ப்பரிக்க,

ட்ரம் அதிர ஆரம்பித்தது. கிடார் அதற்குக் கைகொடுத்தது. ஸ்பாட்லைட்டின் பளீரென்ற வெளிச்சம் அவள் உடலை நனைத்தது. (ரீடாவை இந்த இடத்தில் வர்ணிக்கலாம். என் பேனா பரபரத்தாலும், ரீடாவை அனாவசியமாய் வர்ணித்து பல மனசுகளை ஏன் கெடுக்க வேண்டும் என்ற ஒரு பரோபகரமான எண்ணமும் வருகிறது. ரீடா அழகானவள். இது உண்மை. இனி அவரவர் தத்தம் கற்பனைச் சக்திக்கு ஏற்ற மாதிரி நினைத்துக் கொள்ளுங்கள்.)

விவேக் ரீடாவை ஏறிட்டான்.

அவள் இடுப்பை வளைத்து ஆட்ட ஆரம்பித்திருந்தாள். பேரர் விவேக் அருகே பவ்யமாய் வந்து நின்றான்.

“வாட் டு யூ வான்ட் ஸார்? விஸ்கி? பீர்? ரம்? பிராண்டி?”

விவேக் கேட்டான். “ஒரு சிங்கள் டீ சர்க்கரை கம்மியா. டபுள் ஸ்ட்ராங்கா கிடைக்குமா?”

பேரர் ‘சே!’ என்கிற மாதிரிப் பார்த்துக்கொண்டே நகர்ந்தான். விவேக் சிரித்துக்கொண்டே திரும்பினான். அவனுடைய நேர் எதிர் நாற்காலிக்கு இன்னமும் ஆள் வரவில்லை. ஆனால் நாற்காலியின் தலையில் ஒரு சீட்டில் யாருடைய பெயரையோ எழுதி ரிசர்வ் செய்திருந்தார்கள்.

விவேக் எழுந்து அந்த நாற்காலிக்கு அருகே சென்றான். குனிந்து அந்த சீட்டில் உள்ள பெயரைப் படித்தான்.

மிஸ்டர் விமல்நாத், பைலட்.

6

விவேக் காத்திருக்க ஆரம்பித்தான். அவனுடைய நாற்காலிக்கு எதிர் நாற்காலியை இன்னமும் சில நிமிஷங்களில் ஆரோகணிக்கப் போகிறவர் பைலட் விமல்நாத் என்பதை அறிந்த விநாடிகளில் இருந்து அவன் பதட்டப்பட ஆரம்பித்தான். பொய்த் தந்தி ஒன்றைக் கொடுத்துவிட்டு இந்த ஒரு வார காலமாய் எங்கோ போயிருந்த இந்த விமல்நாத், இன்றைக்கு - அவனுக்கு எதிரே வரப் போகிறார்.

‘என்ன பேசலாம்?’

‘என்ன பேச முடியும்?’

‘மிஸ்டர் விமல்நாத், எதற்காக இந்தப் பொய்த் தந்தி? அம்மா ஆரோக்கியமாய் தம்பி வீட்டில் இருக்கையில் எந்தக் காரணத்திற்காக சீரியஸானாள்? நீங்கள் இயக்கவிருந்த விமானம் விபத்துக்குள்ளானதில் உங்களுடைய பங்கு என்ன? எதற்காக இந்த ஒளிவு மறைவுகள்?’

‘இவற்றில் எந்தக் கேள்வியைக் கேட்டாலும் விமல்நாத் பதுங்கிக்கொள்வார். புலியை ஓடவிட்டுப் பின்னால் துரத்திப்பிடிப்பதைப் போல்தான் விமல்நாத்தையும் அணுக வேண்டும்.’

படபடவென்று கைகளைத் தட்டினார்கள்.

ரீடா ஏவாளாக மாறிக் கொண்டிருந்தாள் கையகலத் துணியில் மானத்தைக் காத்துக்கொண்டு அந்த நீக்ரோ

வாலிபனின் முரட்டுத்தனமான ட்ரம் இசைக்குத் தகுந்தபடி குலுங்கிக் கொண்டிருந்தாள். மெலிதான ஆரஞ்சு வண்ண ஒளிக் கற்றைகள் அவளைச் சுற்றிலும் பரவ ஆரம்பித்தன. ஹாலில் உட்கார்ந்திருந்த நூற்றுச்சொச்சம் பேர்களின் விழிகளும் ரீடாவின் உடம்பினின்று அந்தக் கையலகத் துணியும் நழுவப்போகும் பொன்னான நேரத்திற்காகக் காத்திருக்க,

விவேக் மட்டும், விமல்நாத்துக்காகக் காத்திருந்தான். ஏதாவது வேண்டுமா? என்று கேட்கிற பாவனையில் பேரர் ஒருவன் அவனை நெருங்கினான்.

“எனி ஹாட் ட்ரிங்க்ஸ் ஸார்?”

“வேண்டாம்.”

“சில்டு பீர்?”

“வேண்டாம்.”

நகர முற்பட்ட பேரரை நிறுத்தினான் விவேக், மெல்லிய குரலில் கேட்டான்.

“எதிர் சீட்டுக்கு யாரோ ஒருத்தர் பேரைப் போட்டு ரிசர்வ் பண்ணியிருக்கே, அவர் இன்னும் வரலையா?”

பேரர் இயந்திரத்தனமாய்ப் பதில் சொன்னான். “அந்த சீட்டு பைலட் விமல்நாத்தோட பர்மனென்ட் சீட் ஸார். நீங்க வர்றதுக்குக் கொஞ்ச முன்னாடிதான் அவர் எழுந்துபோனார். இனிமே நாளைக்குத்தான் வருவார்...”

விவேக்குக்குச் சப்பென்றாகி விட்டது.

“என்னது, வந்துட்டுப் போயிட்டாரா?”

“ஆமா ஸார். என்னிக்குமே ஷோ முடியற வரைக்கும் இருப்பார். இன்னிக்குத் திடீர்னு ஏதோ போன் வந்துச்சு. புறப்பட்டுப் போயிட்டார்.”

“போன் எத்தனை மணிக்கு வந்தது?” ஆர்வமாய்க் கேட்ட விவேக்கை பேரர் முதல்முறையாய்ச் சந்தேகப் பார்வை பார்த்தான்.

"அவரைப்பத்தி ஏன் சார் விசாரிக்கிறீங்க?"

"இல்லே சும்மாதான்" விவேக் புன்னகைக்க முயற்சி செய்ய, பேரர் அந்தப் புன்னகையை லட்சியம் செய்யாமல் நகர்ந்தான்.

"ஓஓஓ!" கூக்குரலும் கைத்தட்டலும் ஹாலைப் பிளக்க, அரையிருட்டில் ரீடா உரித்த வாழைப்பழமாய் ஓடிக் கொண்டிருந்தாள்.

"திஸ் ஈஸ் த லாஸ்ட் அயிட்டம் ஃபார் யூ டியர் பேட்ரன்ஸ். சிநேகலதா டான்ஸஸ் வித் ஸ்நேக்..." அனௌன்ஸர் தகரக் குரலில் சொல்ல, விவேக் எழுந்து கொண்டான்.

க்ரீன் ரூமை நோக்கி நடந்தான். அறையின் வாசலில் சிகரெட் பிடித்தபடி நாற்காலியொன்றில் உட்கார்ந்திருந்த ஹால் சூப்பர்வைசரைப் பார்த்தான். அவரை நெருங்கிக் கேட்டான். "குட் ஐ ஸ்பீக் வித் மிஸ் ரீடா?"

ஹால் சூப்பர்வைசர் கண்களை உயர்த்தினார், "ஃபார் வாட் பர்ப்பஸ்?"

"ஜஸ்ட் டு சே கன்கிராட்ஸ்..."

"ஷி இஸ் இன் தட் லாஸ்ட் ரூம்..."

"தேங்க் யூ வெரி மச்." அவர் சொன்ன அறையை நோக்கி நடந்தான். கதவின் முன் நின்றான். ஆள்காட்டி விரலைக் கொக்கிபோல் வளைத்து "டொக் டொக்" என்று டொக்கினான்.

"எஸ். கம் இன்..."

இன்னினான்.

சின்ன ரூம் கண்ணாடி முன் ரீடா உட்கார்ந்திருந்தாள் (சேலையோடு). முகத்தில் ரோஸ் பவுடர் பாக்கியிருந்தது. உடம்பில் ஆடிய களைப்புத் தெரிந்தது.

"ஹலோ மிஸ் ரீடா... உங்க டான்ஸ் இன்றைக்கு சூப்பர்ப், ஐ என்ஜாய்ட் வெரி மச். ப்ளீஸ் அக்செப்ட் மை ஹார்ட்டி கன்கிராட்ஸ்..."

ரீடா உண்மையான சிரிப்போடு திரும்பினாள். “தேங்க்யூ உட்காருங்க.” நாற்காலியைச் சுட்டிக் காட்டினாள்.

விவேக் உட்கார்ந்தான்.

கூந்தலைத் தோளுக்குப் பின்னே தள்ளிக்கொண்டு ரீடாவும் அவனுக்கு எதிரே உட்கார்ந்தாள். சேலை முந்தானை எந்நேரத்திலும் கீழே விழுந்து தற்கொலை செய்துகொள்வதைப் போல் தோளின் நுனியில் தத்தளித்ததை ரீடா லட்சியம் செய்யாமல் கேட்டாள்.

“நீங்க தினமும் ஷோவுக்கு வர்றீங்களா?”

“நோ, நோ, இதான் முதல் தடவை.”

“நீங்க வெளியூரா?”

“ஆமாம்.”

“எந்த ஊர்?”

“பம்பாய்...”

“பிசினஸா?”

“இல்லை. வேலை பார்க்கிறேன்...”

“என்ன வேலை?”

“கிரிமினல் இன்வெஸ்டிகேஷன் டிபார்ட்மெண்ட்டில் சி.ஐ.டி. ஆபீஸரா இருக்கேன்.”

அவள் அதிர்வது துல்லியமாய்த் தெரிந்தது விவேக்குக்கு. அவளைப் பார்த்து மெல்லச் சிரித்தான். அவளும் பயப் புன்னகை பூத்தாள்.

“மிஸ் ரீடா. உங்ககிட்டே ஒரு உண்மையைச் சொல்லட்டுமா?”

அவள் திகிலோடு தலையை அசைத்தாள்.

“நான் இன்னிக்கு உங்க டான்ஸைப் பார்க்க வரலை. உங்களைத்தான் பார்க்க வந்தேன். மிஸ்டர் விமல்நாத்தைப் பற்றி உங்ககிட்ட விசாரிக்கலாம்ன்னு வந்தேன்.”

நெற்றி சட்டென்று சுருங்க... சுண்ணாம்பாய் முகம் வெளுத்தாள் ரீடா.

"விமல்நாத்தா? யார் அது?" திகைப்போடு கேட்டாள்.

விவேக் ஒரு கோணல் சிரிப்பைத் தன் உதடுகளில் உற்பத்தி செய்து நெளிய விட்டான். "மிஸ் ரீடா, ஆரம்பத்திலேயே பொய் சொல்ல ஆரம்பித்துவிட்டால், பின்னாடி நான் கேக்கப்போற கேள்விகளுக்கெல்லாம் பொய்யைச் சொல்ல உங்களால் முடியாது. நான் கிரிமினல் இன்வெஸ்டிகேஷன் டிபார்ட்மெண்ட். உங்களுக்குச் சந்தேகம் இருந்தா என்னோட ஐடண்டிஃபிகேஷன் கார்டைக் காட்டறேன்." கால்சட்டைக்குள் கையை விட்டுக் கார்டை எடுத்து நீட்டினான் விவேக்.

கார்டை மிரட்சி நெளியும் விழிகளோடு பார்த்தாள் ரீடா.

விவேக் கேட்டான். "ம் இப்பச் சொல்லுங்க மிஸ்! ரீடா, மிஸ்டர் விமல்நாத்தை உங்களுக்கு எத்தனை வருஷமாய்த் தெரியும்?"

"யார் அந்த விமல்நாத்? எனக்குத் தெரியலை." ரீடா தலையை ஆட்டினாள்.

முகம் மாறினான் விவேக். "பொய், மறுபடியும் பொய். ரீடா, உண்மையைச் சொல்லுங்க. பைலட் விமல்நாத்தை உங்களுக்குத் தெரியாது?"

"தெரியாது... தெரியாது... தெரியாது..." கத்தினாள் ரீடா.

"ஊஹூம், நீங்கள் சரிப்பட்டு வரமாட்டீர்கள். இந்நேரம் நீங்கள் ஓர் ஆணாய் இருந்திருந்தால் என் வலதுகை கராத்தே பாணியில் உங்களுடைய அடிவயிற்றில் இறங்கியிருக்கும். உங்களிடம் என் பலத்தைக் காட்டிப் பிரயோஜனமில்லை. விமல்நாத் என்ற பூசணிக்காயைச் சோற்றில் மறைக்கப் பார்க்கறீங்க. உங்களாலே முடியாது..."

விவேக் சிரித்துக்கொண்டே சொன்னான்.

ரீடா விருட்டென்று எழுந்து கொண்டாள்.

"ப்ளீஸ் தயவுசெய்து வெளியே போயிடுங்க! முன்னபின்னே தெரியாத ஒருத்தருடைய பேரைச் சொல்லி, திரும்பத் திரும்ப என்னைக் கேட்டா என்ன அர்த்தம்?"

"ஓகே, ஓகே மிஸ் ரீடா! ஐயாம் ஸாரி. உங்களுக்கு அந்த விமல்நாத்தைத் தெரியாமல் போனால் போகட்டும். இப்ப நான் கேக்கிற ரெண்டு மூணு கேள்விக்குப் பதிலைச் சொல்றீங்களா?"

"ம்."

"சமீபத்தில் பம்பாய்க்குப் பக்கத்தில் ஒரு விமான விபத்து நடந்துச்சே, அந்த விபரம் உங்களுக்குத் தெரியுமா?"

"பேப்பர்ல பார்த்தேன், அவ்வளவுதான்."

"அந்த விபத்து எப்படி நடந்ததுங்கிற விபரம் தெரியுமா?"

"தெரியாது. பேப்பர்ல பார்த்தேன். ஆனா படிக்கல்லே..."

"எப்பவாவது பிளைட்டில் போயிருக்கீங்களா?"

"ரெண்டு தடவை போயிருக்கேன்."

"எப்போ?"

"ஆறு மாசத்துக்கு முந்தி..."

"அந்தச் சமயத்தில்தான் பைலட் விமல்நாத்தைச் சந்திச்சீங்களா?"

விவேக் பட்டென்று கேட்க... "ஆமாம்" என்ற ரீடா, சரேலென நாக்கைக் கடித்துக்கொள்ள.

சிரித்தான் விவேக்.

"இனிமே உங்களாலே பொய் சொல்ல முடியாது மிஸ் ரீடா! விமல்நாத்தைத் தெரியாதுன்னு முதல்ல ஏன் சொன்னீங்க?"

தலையைத் தாழ்த்திக்கொண்டாள் ரீடா, "என்னோடு எத்தனையோ பேர் பழகறாங்க. எல்லோருமே ஹை

சொசைட்டியில் இருக்கிறவங்க. சொந்த பலஹீனங்களுக்காக என்னை மாதிரிப் பெண்கள்கிட்டத் தொடர்பு வைச்சுக்கிறாங்க. அவங்களை மத்தவங்களுக்கு முன்னாடி காட்டிக் கொடுக்கிறதுல எனக்கு இஷ்டம் இல்லே...”

“குட் பாலிஸி!” புன்னகைத்தான் விவேக்.

“அவரைப்பற்றி இப்ப எதுக்காக விசாரிக்கிறீங்க?”

“சும்மா.”

“போலீஸ் காரணமில்லாம விசாரிக்காது. சும்மா சொல்லுங்க...”

“அப்பறம் சொல்றேன் மிஸ் ரீடா. இப்ப நான் கேட்கிற இந்தக் கேள்விக்குப் பதில் சொல்லுங்க. விமல்நாத்தைக் கடைசியா என்னிக்குப் பார்த்தீங்க?”

“ஒரு மணி நேரத்துக்கு முன்னாடிக்கூடப் பார்த்தேன். டான்ஸ் நடக்கும்போது நடுவிலே எழுந்திருச்சுப் போனார். பேரர்கிட்ட விசாரிச்சேன். ஏதோ போன் கால் வந்ததுன்னு சொன்னான்.” ரீடா சாவதானமாய்ச் சொன்னாள்.

“அவர் தினமும் இங்கே வர்றாரா?”

“ட்யூட்டி இல்லாத நாட்களில் நிச்சயமாய் வருவார்.”

“விமான விபத்து நடந்த அன்னிக்கு விமல்நாத் எங்கே இருந்தார்னு சொல்ல முடியுமா மிஸ் ரீடா? மறுபடியும் பொய் சொல்லாதீங்க...”

ரீடா யோசித்தாள் சில விநாடிகள். கேட்டாள்; “விபத்து எந்த தேதியில நடந்தது?”

தேதியைச் சொன்னான் விவேக்.

“இந்தத் தேதியில் அவரை நான் பார்க்கல்லே...”

“பொய்.”

“இல்லே உண்மை. நீங்க சொன்ன தேதிக்கு மறுநாள் ஹோட்டலுக்கு வந்திருந்தார். ராத்திரி வெகுநேரம் வரை இருந்தார்.”

"விமானத்தைப் பத்தி ஏதாவது சொன்னாரா?"

"ஒண்ணும் சொல்லலை..."

விவேக் ஏதோ கேட்க வாயெடுப்பதற்குள்...

அறைக் கதவு தட்டப்படும் சத்தம் கேட்டது.

ரீடா கதவைத் திறந்தாள்.

ஓட்டல் பையன் நின்றிருந்தான்.

"என்னடா ஜான்?"

"உங்களை மானேஜர் கூப்பிடறாங்கம்மா..."

ரீடா விவேக்கைப் பார்த்தாள். விவேக் எழுந்தான், "ஓ.கே. மிஸ் ரீடா, நாளைக்குச் சந்திப்போம். இன்னும் சில கேள்விகள் பாக்கியிருக்கு, தயவுசெய்து உங்கள் நன்மைக்கு சொல்கிறேன்... நான் வந்து போனதை மிஸ்டர் விமல்நாத்திடம் சொல்லாதீர்கள்..."

அறையை விட்டு வெளியே வந்தான் விவேக்.

கோகுல்நாத் கேட்டுக் கொண்டிருந்தார்.

விவேக் திருப்பிப்போட்ட நாற்காலியில் உட்கார்ந்தபடி சுரேந்திரகுமாரைப் பார்த்த வினாடியிலிருந்து ரீடாவைச் சந்தித்து விடைபெற்ற வினாடிவரை நடைபெற்ற சம்பவங்களைச் சொல்லிக் கொண்டிருந்தான். கோகுல்நாத்தின் விரலிடுக்கில் இருந்த சிகரெட் மெலிதாகப் புகைந்து கொண்டிருந்தது.

அதே விநாடி....

ஓட்டல் அறை டெலிபோன் கதற ஆரம்பித்தது.

விவேக் எடுத்தான், "ஹலோ" என்றான்.

கீழே ரிசப்ஷன் அறையிலிருந்து டெலிபோன் ஆபரேட்டர் பெண் பேசினாள்: "மிஸ்டர் விவேக் என்பவரோடு அவருடைய நண்பர் பேச விரும்புகிறார்..."

"நான்தான் விவேக். கனெக்ஷன் கொடுங்கள்."

கொடுத்தாள் அவள்.

"ஹலோ, ஐயாம் விவேக்..."

மறுமுனை கரகரத்தது. "மிஸ்டர் விவேக், நான் சொல்லப்போறதை நல்லாக் கவனி. பம்பாயிலிருந்து இந்த டில்லிக்கு வந்து உன்னோட மூக்கை அதிகப்பிரசங்கித்தனமா நீட்ட ஆரம்பிச்சிருக்கே, அது ஆபத்து..."

"என்னோட மூக்கைப் பற்றி அப்புறமா ஆராய்ச்சி செய்யலாம் முதல்ல விஷயத்தைச் சொல்லு என்னமோ சொல்ல வந்தியே..." விவேக் குறுக்கிட்டான்.

மறுமுனை கரகரத்தது. "விவேக் உன்னோட திறமையைப் பாராட்டறேன். விமான விபத்துக்கு என்ன காரணமா இருக்க முடியும்ன்னு யோசிச்சு, நீ இருக்கிற திசைப்பக்கம் சரியா கோடு போட்டிருக்கே. ஆனால் உன்னால முடியாது. அந்தக் கோட்டைச் சீக்கிரமாகவே நாங்க அழிச்சிடுவோம்... ஐ மீன் பதினெஞ்சு நிமிஷத்திலே..."

"என்ன உளர்றே? யார் நீ?"

"நான் யார்ன்னு சொன்னா உனக்குப் புரியாது. இதை மட்டும் கவனமாக் கேட்டுக்கோ. அரை மணி நேரத்துக்கு முன்னாடி நீ காபரே டான்ஸர் ரீடாவைப் பார்த்துப் பேசியிருக்கே?"

"ஆமா."

"இனிமே அவகூட நீ பேச முடியாது. எப்பவுமே பேச முடியாது. ஏன்னா இன்னும் பதினெஞ்சு நிமிஷத்திலே அவளைக் கொல்லப் போறேன்."

"ஏய் ஏய் நீ?"

"பதறாதே விவேக். இந்த நிமிஷமே இவளைக் கொன்னுட மாட்டேன். இப்ப மணி பத்து முப்பது. இன்னும் பதினைஞ்சு நிமிஷம் கழிச்சு... ஐ மீன் பத்தே முக்காலுக்கு அவளை அவள் வீட்ல வச்சுக் கொல்லப்போறேன். நீ அவளைக் காப்பாத்த முடிஞ்சா வந்து காப்பாத்து. ஆனா பத்தே முக்கால் மணிக்கு முன்னாடி நிச்சயமா அவளைக்

கொல்லமாட்டேன். என்ன, காப்பாத்த வர்றியா? அவ வீட்டு அட்ரஸ் உனக்கு ஒருவேளை தெரியாமலிருக்கலாம். சொல்றேன், குறிச்சுக்கோ... மிஸ் ரீடா. கிங் சர்க்கிள் ரோடு, சிக்ஸ்த் கிராஸ் 77 - ஏ வீடு."

"ராஸ்கல்! அவளை ஒண்ணும் செஞ்சுடாதே!" பதறினான் விவேக்.

"இன்னும் பதினாலு நிமிஷந்தான் இருக்கு." மறுமுனை சொல்ல, விவேக் பதட்டப்பட்டான். கோகுல்நாத் ரிஸீவரை வாங்கிக்கொண்டார். கத்தினார். "அந்தப் பொண்ணை ஒண்ணும் பண்ணிடாதே. உன்னோட வழிக்கு நாங்க வரல்லே..."

"இன்னும் பதிமூணு நிமிஷந்தான் இருக்கு" மறுமுனைக் குரல் சிரித்தது.

ரிஸீவரை ஆத்திரத்தோடு சாத்தினார் கோகுல்நாத்.

"ம். குய்க். வாங்க கோகுல்நாத்."

அட்ரஸை மனதில் வாங்கிக்கொண்டு இருவரும் வெளியே தாவி, மாடிப்படிகளில் தடதடத்தார்கள். ஹோட்டல் போர்டிகோவைத் தாண்டிச் சாலைக்கு வந்தார்கள்.

பத்தரை மணிக்கே அந்தச் சாலை நடுநிசி அமைதியைத் தழுவிக் கொண்டிருக்க இருவரும் டாக்ஸியைத் தேடினார்கள்.

ஊஹும்... ஒரு டாக்ஸியாவது கண்ணில் பட வேண்டுமே?

விவேக் வாட்சைப் பார்த்தான். பத்தே முக்காலுக்கு இன்னும் பனிரெண்டே நிமிஷம் பாக்கியிருந்தது.

7

“சே! போலீஸ் ஸ்டேஷனுக்கு போன் பண்ணி விஷயத்தைச் சொல்லியிருக்கலாம். அவர்களாவது ஜீப்பில் ஸ்பாட்டுக்கு போயிருப்பார்கள்...” கோகுல்நாத் சொல்ல...

விவேக்குக்கும் அப்போதுதான் உறைத்தது. ரீடாவைக் காப்பாற்ற வேண்டும் என்ற அவசரத்தில் போலீஸ் ஸ்டேஷனுக்குப் போன் செய்ய மறந்தது எவ்வளவு பெரிய முட்டாள்தனம்.

கோகுல்நாத்திடம் சொன்னான் விவேக். “கோகுல்நாத்! நீங்க திரும்பவும் ஹோட்டலுக்குப் போய்ப் ஸ்டேஷனுக்கு போன் பண்ணுங்க. அதுக்குள்ள நான் டாக்ஸியைப் பிடிச்சுடறேன்...”

கோகுல்நாத்துக்கும் அந்த யோசனை சரியாகப்படவே, திரும்பவும் அவர் ஹோட்டலுக்குள் பாய்ந்தார்.

விவேக் சாலையின் நடுவே நின்றுகொண்டு இரண்டு பக்கமும் பார்வையை மாற்றி மாற்றிப் பாய்ச்சினான் - ஏதாவது டாக்ஸி கண்ணுக்குத் தட்டுப்படுகிறதாவென்று. ஒரு சைக்கிள் ரிக்ஷாவைக்கூடக் காணோம். மணிக்கட்டை உயர்த்தி வாட்சை முறைத்தான் விவேக். மணி பத்து முப்பத்தைந்து. இன்னும் பத்தே நிமிஷம், விவேக் பரபரத்தான். சாலையின் நான்கு மூலைகளும் சந்திக்கும் அந்த வெரைட்டி ஸ்கொயருக்குப் போனால் ஏதாவது டாக்ஸி கிடைக்கலாம். அவன் மூளை அவனுக்கு ஆணையிட, அவன் வெரைட்டி ஸ்கொயரை நோக்கி ஓடினான்.

நேரம் பத்து முப்பத்தாறு. வெரைட்டி ஸ்கொயர் வந்தது; டாக்ஸிதான் கிடைக்கவில்லை. பார்வையைச் சுழற்றினான் விவேக்.

அதோ!

அந்த மசாலா பாதாம்பால் கடை வாசலில் ஒரு டாக்ஸி. பேய்த்தனமாய் அதை நோக்கி ஓடினான் விவேக். வாயிலும், மூக்கிலும் புசுபுசுவென்று மூச்சை வாங்கிக்கொண்டு டாக்ஸியை நெருங்கினான். சீட்டில் டிரைவர் இல்லை.

மசாலா பால் கடையின் உள்ளே பார்த்தான். காக்கி யூனிஃபார்மில் அந்த சீக்கிய டிரைவர் பெஞ்சில் அமர்ந்தபடி கண்ணாடி டம்ளரில் வழிய வழிய இருந்த பாலை உறிஞ்சிக் குடிக்க ஆரம்பித்திருந்தான்.

கடைக்குள் புயலாய் நுழைந்தான் விவேக். சீக்கிய டிரைவரை அணுகி அவன் கையிலிருந்த டம்ளரைப் பற்றினான். விருட்டென்று தலையை உயர்த்தினான் டிரைவர்.

விவேக் இந்தியில் சொன்னான்: "டிரைவர், நான் போலீஸ். ஒரு பெண் ஆபத்தில் இருக்கிறாள். முதலில் அவளைக் காப்பாற்ற வேண்டும். பாலை அப்புறம் வந்து குடிக்கலாம்..."

டிரைவர் எழாமல் அவனையே பார்த்தான். "கம் ஆன். குயிக் ஐ ஸே" கத்தினான் விவேக். டிரைவர் பயந்து எழுந்தான்.

"கிதர் ஜானே கா?"

"கிங் சர்க்கிள் ரோடு. சிக்ஸ்த் கிராஸ். 77 ஏ நெம்பர் வீடு."

விவேக்கும், டிரைவரும் டாக்சியில் ஐக்கியமானார்கள். கோகுல்நாத் வருகிறாரா என்று டாக்ஸிக்கு வெளியே தலையை நீட்டி சாலை நெடுகப் பார்த்தான் விவேக். கோகுல்நாத் தட்டுப்படவில்லை.

டாக்ஸியை விசுக்கென்று கிளப்பினான் டிரைவர். விவேக் வாட்சைப் பார்த்தான். பத்தே முக்காலுக்கு

இன்னமும் எட்டே நிமிஷம்! "டிரைவர் நீ டாக்ஸியை என்ன செய்வியோ எனக்குத் தெரியாது. இன்னும் அஞ்சே நிமிஷத்தில் அந்த அட்ரஸில் நான் இருக்கணும். டாக்ஸி சார்ஜ் நீ எவ்வளவு கேட்டாலும் தர்றேன். எங்கே டாக்ஸியை பறக்க வை பார்க்கலாம்."

டாக்ஸி உண்மையாகவே பறந்தது.

பகல் நேரத்தில் எம்.பிக்களுக்கிடையே அடிதடி சண்டை நடைபெறும் பாராளுமன்றம். அந்த இரவு நேரத்தில் அப்பாவித்தனமாய் நின்று கொண்டிருக்க, டாக்ஸி அதை விசுக்கென்று ஈஷிக்கொண்டு போனது. வேகம். படுவேகம். டாக்ஸியின் டயர்கள் சாலையின் வளைவுகளில் கழுத்தில் கத்தி விழுந்த கோழிகளாய் கத்தியது. இன்னும் ஏழு நிமிஷம்.

டாக்ஸி கேபிடல் சினிமாத் தியேட்டரைத் தாண்டிக் கொண்டிருந்தது. போனில் பேசிய அந்தக் குரல் யாருக்குச் சொந்தம்? நாங்கள் இருக்கும் திசைக்கு நேராகச் சரியாகக் கோடு போட்டிருக்கிறாய் என்று அவன் சொன்னதில் ஒரு உண்மை ஒட்டிக்கொண்டு இருப்பதைச் சட்டென்று உணர்ந்தான் விவேக்.

'நாங்கள் இருக்கும் திசைக்கு! அப்படியானால் அந்த விமான விபத்துக்குக் காரணம் தனி மனிதனில்லை! ஒன்றுக்கு மேற்பட்டவர்கள். எத்தனை பேர்கள்? நாங்கள் என்றால் இரண்டு பேராகவும் இருக்கலாம். இருபது பேராகவும் இருக்கலாம். ரீடாவோடு நான் பேசியதை யார் கவனித்திருப்பார்கள்?' இன்னும் ஆறே நிமிஷம். டாக்ஸி டெல்லி காஸ்மோபாலிடன் கிளப்பையும், சர்ச் ரோட்டையும் விர்ரென்று வீறிக்கொண்டு வளைவில் திரும்பி, பிறகு எதிரே விரிந்த கிங் சர்க்கிள் ரோட்டின் பிரம்மாண்டமான பரப்பில் பாய்ந்தது.

"கித்னா நம்பர் கிராஸ்?" டிரைவர் கேட்டான்.

"சிக்ஸ்த் கிராஸ். 77-ஏ நெம்பர் வீடு."

டாக்ஸி சிக்ஸ்த் கிராஸைத் தேடியது. ஃபர்ஸ்ட் கிராஸ்... செகண்ட்... தேர்ட்... ஃபோர்த்... ஃபிப்த்... சிக்ஸ்த். சசர்ர்ர்ர்ர்...

ஆறாவது கிராஸில் திரும்பி 77-ஏ வீட்டுக்கு முன் தடக்கென்று நின்றது. விவேக் வாட்சைப் பார்த்தான். பத்தே முக்காலுக்கு இன்னமும் ஐந்தே நிமிஷம். டாக்ஸி கதவைப் பிளந்துகொண்டு வெளியே வந்தான்.

ரீடாவின் வீடு இருளில் சிக்கியிருந்தது. அக்கம்பக்கத்து வீடுகளும் இருட்டில் மாட்டிக்கொண்டிருக்க, விவேக் காம்பௌண்ட் கதவைத் திறந்தான். நீண்ட சிமெண்ட் நடை பாதை இருட்டில் பாய் விரித்திருந்தது. நடந்தான். இரண்டு பக்கமும் ரோஜாத் தொட்டிகள். சுவரோரமாய்ப் பவழ மல்லிகை மரம் காற்றில் பரவி நின்ற அதன் இதமான மணம்.

கதவை நெருங்கினான் விவேக். கதவின் மேல் கையை வைத்துத் தள்ளிப் பார்த்தான். கதவு உள்பக்கமாய் தாழிடப்பட்டிருக்க, காலிங்பெல்லைத் தேடினான். சுவரோரமாய் பட்டாணி சைஸில் தெரிந்தது அது. அதன் தலையில் கையை வைக்க, ‘பிங்பாங்க் பிங்பாங்க்’ என்று கூவியது. சில வினாடிகள் அமைதி.

விவேக்கின் இதயம் படபடத்தது. ரீடா இந்த நிமிஷம் உயிரோடு இருந்தாலும் போதும். காப்பாற்றி விடலாம். ரீடா! வா உயிரோடு வா. கதவைத் திற. அநியாயமாய் பாத்ரூமிலோ, பெட்ரூமிலோ இரத்தம் சிந்திக்கொண்டு பிணமாய்க் கிடக்காதே... கிடைத்திருக்கிற ஒரே ஆதாரம் நீதான். வழியை அடைத்து விடாதே! காலிங்பெல்லின் தலையில் மறுபடியும் கையை வைத்தான் விவேக்.

பிங்பாங்க் பிங்பாங்க்... சில வினாடிகள் மயான அமைதி...

ரீடா அசந்துபோய்த் தூங்குகிறாளா? ஒரு காபரே டான்சர் இவ்வளவு சீக்கிரமாய்த் தூங்கப்போவாளா?

மாட்டாள். நிச்சயமாய் மாட்டாள். அவளுக்கு என்னவோ ஆகியிருக்கிறது.

ரீடாவைக் கொல்லப்போவதாக போனில் சொன்னவன் என்னை ஏமாற்றியிருக்கிறான். அவளைக் கொன்றுவிட்டுப் போன் செய்திருக்கிறான். நிச்சயமாய் அவள் உயிரோடு இல்லை. விவேக் மேற்கொண்டு யோசிக்கும் முன்பு...

"யாரது?" வீட்டின் உள்ளேயிருந்து குரல் கேட்டது. ரீடாவின் குரல்தான்.

விவேக்கின் முகம் சோடியம் வேபர் விளக்காய்ப் பிரகாசித்தது. "கடவுளே உனக்கு நன்றி! ரீடா முழுசாய் இருக்கிறாள். இனிப் பயமில்லை. இனி கவலையில்லை."

"நான்தான் விவேக். கதவைத் திறங்கள் மிஸ். ரீடா." கத்தினான் விவேக்.

"ஓ நீங்களா?" ஒரு வினாடி அயர்ந்த ரீடா மறுவினாடியே முகம் மலர்ந்தாள். "எனக்குத் தெரியும் மிஸ்டர் விவேக். என்னைச் சந்தித்த ஓர் ஆணும் இருட்டில் என் வீடு தேடி வராமல் இருக்கமாட்டான். நீங்களும் இதற்கு விதிவிலக்கில்லை."

விவேக் சிரித்தான். "மிஸ். ரீடா முதலில் கதவைத் திறங்க... நான் வந்த காரணத்தைச் சொல்றேன். டோண்ட் மிஸ்டேக் மீ..."

ரீடா வாசலின் முன்புற விளக்கின் ஸ்விட்சைத் தட்ட, வெளிச்சம் குப்பென்று பரவியது. அதைத் தொடர்ந்து கதவு விலக, ரீடா தெரிந்தாள் இரவு நேர உடையோடு. கண்களில் லேசாய் ஒரு தூக்கக் கலக்கம். பேச்சில் விஸ்கி வாசனை. "கம் இன்."

விவேக் உள்ளே நுழைந்தான். அது வரவேற்பறை. குஷன் வைத்துத் தைத்த நாற்காலிகள் சுவரோரமாய் நிஷ்டையில் இருந்தது. அதன் முன்னே டீபாய்கள். ஆஷ்ட்ரே, அதில் தெரிந்த சிகரெட் துண்டுகள்.

"உட்காருங்க மிஸ்டர் விவேக். ப்ளீஸ் பீ ஸீட்டெட்..." ரீடா சொல்லிக்கொண்டே நாற்காலியொன்றில் தன்னைக் கிடத்திக்கொண்டாள்.

விவேக் அறையைச் சுற்றிப் பார்த்தான்.

"என்ன அப்படிப் பார்க்கறீங்க விவேக்? இன்கம்டாக்ஸ் ஆபீஸர்ஸ் வந்து சோதனை போடற மாதிரி!" சொல்லிவிட்டுச் சிரித்தாள் ரீடா.

"ரீடா உங்களைத் தேடிட்டு யாராவது இங்கே வந்தாங்களா?"

ரீடா நெற்றியைச் சுருக்கினாள், "இல்லையே?"

"யாராவது போன் செய்தார்களா?"

"ஊஹூம்!" கீழுதட்டை அளவுக்கதிகமாகவே பிதுக்கினாள். "ஓட்டல் நீடோஸிலிருந்து நேரா வீட்டுக்குத்தான் வந்தீங்களா?"

"ஆமா" என்று தலையை மேலும் கீழும் ஒரு குழந்தை மாதிரி ஆட்டிய ரீடா, சட்டென்று உடம்பை! ஒரு விதமாய் முறுக்கிக்கொண்டு எழுந்தாள்.

"மிஸ்டர். விவேக் யூ ஆர் ஸோ ஹேண்ட்சம்." அவன் கழுத்தில் கைகளை மாலையாகப் போட முயன்றாள். அவளுடைய கைகளை நாசூக்காய் விலக்கிய விவேக், மெல்ல நகர்ந்தான்.

"ரீடா நீங்க இப்ப நிதானத்தில் இல்லை. நான் எந்த காரணத்துக்காக உங்க வீட்டுக்கு வந்திருக்கேன்னு தெரிஞ்சா நீங்க இப்படி இருக்கமாட்டீங்க..."

ரீடா அலட்சியமாய்க் கையை வீசினாள். "வாட் எவர் இட் ஈஸ்! ஐ டோண்ட் கேர்... இது இரவு. நான் பெண், நீங்க ஆண். இப்ப அதுதான் முக்கியம். கம் டு மை பெட்ரூம்... பெர் வித் மீ..." அவனைத் தாகத்தோடு நெருங்கினாள் ரீடா.

விவேக் அவளை தவிர்க்க முயன்றான். பின்னுக்கு நகர்ந்து சோபா-கம்-பெட்டில் உட்கார்ந்தான். வாசலைப்

பார்த்தான். கோகுல்நாத் எந்த நிமிஷத்திலும் போலீஸ் ஜீப்போடு வரலாம்.

"அங்கே என்ன பார்க்கறீங்க விவேக்? என்னைப் பாருங்க! இந்த நைட் கவுனில் என்னைப் பார்க்கப் பிடிக்கல்லேன்னா இதையும்..."

"நோ... நோ..." தடுத்தான் விவேக். ஒரு ஐந்து நிமிஷத்தைக் கடத்தினால் போதும். அதற்குள்ளாகப் போலீஸும், கோகுல்நாத்தும் வந்துவிடுவார்கள்.

"மிஸ். ரீடா பாத்ரூம் எங்கே இருக்கு? வேர்க்க வேர்க்க வந்தது. முகமெல்லாம் பிசுபிசுவென்று இருக்கு. ஃபேஸ் வாஷ் பண்ணனும். அதுக்குப் பின்னாடிதான் எல்லாம்..."

"ஷ்யூர்? ஷ்யூர்?" ரீடா முகம் மலர்ந்து கேட்க...

"ஷ்யூர்" என்றான் விவேக். ரீடா வீட்டின் உள்ளே கையைக் காட்டினாள். "கடைசிக்குப் போங்க. லெஃப்ட்ல இருக்கிற ரூம்தான் பாத்ரூம்..."

விவேக் தப்பித்துக்கொண்ட மகிழ்ச்சியோடு வீட்டின் உள்ளே போனான். வியந்துகொண்டே போனான். 'இவ்வளவு பெரிய வீட்டில் இவள் மட்டும் தனியாய் - பயமில்லாமல் எப்படி?' மூன்று அறைகள். எல்லாமே பெரிய அறைகள் ஃபிரிஜ், பீரோ, டி.வி., மிக்ஸி எல்லாமே தெரிந்தன. படுக்கை அறை ஒரு சினிமா பட செட் மாதிரி ஜாலம் காட்டியது.

பாத்ரூமுக்குள் நுழைந்தான் விவேக். ஓடிப் பிடித்து விளையாடக்கூடிய அளவுக்கு விசாலமாய் இருந்தது பாத்ரூம். நடுவே பாத்டப், மேலே ஷவர். சுவரில் சாம்பல்வண்ண வாஷ்பேசின். ரீடா பாத்ரூமுக்குள் நுழைந்து விடக்கூடும் என்ற பதைபதைப்பில் கதவை மூடினான் விவேக்.

வாஷ்பேசின் குழாயைத் திறக்க தண்ணீர் சர்ரென்று பீச்ச, அதை உள்ளங்கையில் ஏந்தி முகத்தில் ஒற்றினான். கோகுல்நாத் வருகிற வரையில் பாத்ரூமை விட்டு வெளியே வரக்கூடாது. மனசுக்குள் சொல்லிக் கொண்டான்.

விவேக் தன் முகத்திலிருந்த கடைசித் தூசையும் கழுவிக்கொண்டு வாஷ்பேசின் பைப்பை நிறுத்தினான். பாத்ரூமில் அமைதி நிலவிய அதே நேரம், வீட்டு வாசலில் காரோ, ஜீப்போ ஏதோ ஒன்று சீறிக்கொண்டு புறப்படும் ஓசை.

பாத்ரூம் கதவைத் திறந்துகொண்டு விவேக் சட்டென்று வெளியே வந்தான். வந்தது யார் போலீஸா? "ரீடா ரீடா" கூப்பிட்டான். பதிலில்லை. நெஞ்சில் ஏதோ ஒன்று அடைக்க மணிக்கட்டை உயர்த்தி வாட்சைப் பார்த்தான் விவேக். மணி 10.50 வாசலில் எரிந்துகொண்டிருந்த விளக்கு இப்போது அணைந்திருந்தது. "ரீடா ரீடா..."

அவன் கூப்பிட்ட குரல் எதிரொலித்தது. 'எங்கேயாவது ஒளிந்து நின்றுகொண்டு வேடிக்கை காட்டுகிறாளா என்ன?' பீரோவுக்குப் பின்னால் - கட்டிலுக்குக் கீழ் - திரைச் சீலைக்குப் பின்னால் - வாய் உலர்ந்துபோகத் தேடினான். முன் அறைக்கு வந்தான். ரீடா? அவன் கூப்பிடுவதற்கு முன்பே அவன் தொண்டை இயங்க மறுத்தது. அவன் கண்களில் அந்த நீண்ட சோபா-கம்-பெட் பட்டது. அதன் அடியில் ரீடா தெரிந்தாள். நிலைத்துப்போன விழிகளோடும், இரத்தச் சகதி ஆகிவிட்ட வயிற்றோடும்.

புது இரத்தம் மொசைக் தரையில் பாயும் வழி தெரியாமல், ஓர் அமிபா வடிவத்தில்... திகைத்துப்போய்த் தேங்கியிருந்தது.

8

ஒரு விநாடி உறைந்தான் விவேக்.

'ஒரு சின்ன அலறல் இல்லாமல், கத்தல் இல்லாமல் ரீடா எப்படி மொத்த ரத்தத்தையும் சிந்தியிருக்க முடியும்?' வியர்வையின் மினுமினுப்பு விவேக்கின் முகத்திற்கு முதல் கோட்டிங் அடித்தது. மார்புக்கூடும், இதயமும் தடதடவென்று அதிர்ந்தன.

சோபா–கம்–பெட்டுக்குக் கீழே குனிந்து ரீடாவைப் பார்த்தான் விவேக். கத்தியின் கைப்பிடி மட்டும் தெரிய, கத்தி முழுவதும் ரீடாவின் வயிற்றைப் பார்க்கப் போயிருந்தது. விழிகள் நிலைகுத்தி நிற்க, எதையோ வேகமாய் அணைத்துக்கொள்ளப் போகிறவளைப்போல் கைகளைப் பரத்தியிருந்தாள். 'வாங்க விவேக். நான் பெண். நீங்க ஆண். இது ராத்திரி நேரம்' என்று சாகசம் பேசிய அவளுடைய இதழ்கள் கோணலாய் மடிந்திருந்தன. உடுத்தியிருந்த நைட் கவுன் சமாச்சாரம் சில இடங்களில் கிழிபட்டிருந்தன. தலை மயிர் கலைந்து, போட்டிருந்த கொண்டை அவிழ ஆரம்பித்திருந்தது. உயிரைக் காப்பாற்றிக்கொள்ள சத்தமில்லாமல் ஒரு பெரிய போராட்டமே நடத்தியிருக்கிறாள் ரீடா.

'வந்தவர்கள் யார்?'

'நிச்சயம் ஒருத்தனாய் இருக்க முடியாது. குறைந்தது மூன்று பேர் வந்திருக்கலாம். ஒருவன் வாயைப்

பொத்திக்கொள்ள இன்னொருவன் அவளுடைய கைகளையும், கால்களையும் பற்றிக்கொள்ள இன்னொருத்தன் கத்தியை வயிற்றில் பாய்ச்ச, நிச்சயமாய் மூன்று பேர்.'

'ரீடாவை அலறவிடாமல், துடிக்கவிடாமல் அழுத்திக் கொண்டு உயிரை நிதானமாய்ப் பறித்திருக்கிறார்கள். அறுபட்ட கோழியைக் கால்களுக்குக் கீழே அழுத்திக்கொண்டு அதன் உயிரைக் கொஞ்சம் கொஞ்சமாய் வெளியேற்றுகிற மாதிரி ரீடாவின் உயிரை நிதானமாய் உறிஞ்சியிருக்கிறார்கள்.'

நெற்றியைப் பிடித்துக்கொண்டான் விவேக். அவன் இருந்த வீட்டிலேயே அவன் முதுகுக்குப் பின்னாலேயே அப்பட்டமான கொலை. புறங்கையால் முகத்தில் வழிந்த வியர்வையைத் துடைத்துக்கொண்டு எழுந்தான். டெலிபோன் உயிர்பிடித்து அலற ஆரம்பித்தது. ட்ட்ரிரிங்க் ட்ட்ரிரிங்!

'போன் செய்வது யார்?'

'கோகுல்நாத்தாய் இருக்குமா?' ரிசஸீவரை எடுத்தான் விவேக், "ஹலோ!" என்றான்.

"பேசறது யார். விவேக்தானே?" மறுமுனையில் அந்தக் குரல் கேட்டதும் உஷாரானான் விவேக். "எஸ். நான்தான்."

"விவேக். எனக்கு ஒரு பாராட்டுக் கிடையாதா? சொன்ன மாதிரியே 10.45 மணிக்கு ரீடாவோட உயிரை எடுத்தேனா இல்லையா? அதுவும் நீ அந்த வீட்ல இருக்கிறப்பவே..." சிரித்தது அந்தக் குரல்.

விவேக்கின் தலைக்கு ஆத்திரம் ஏறியது. ரிஸீவரைச் சுவரோடு சேர்த்து அடிக்க வேண்டும்போல் மனசுக்குள் ஆவேசம் அலைமோதியது.

"ஏய்... நீ..." வார்த்தைகள் வராமல் விவேக் சிரமப்பட்டான்.

மறுமுனையிலிருந்து அந்தக் குரல் பலமாய்ச் சிரித்தது. "விவேக் நீ ஒரு காரியம் பண்ணு. முதல்ல பேசாம

உத்தியோகத்தை ராஜினாமா பண்ணிட்டு ஏதாவது ஒரு தாலூகா ஆபீஸ்லே குமாஸ்தா வேலைக்குப் போ. அதுதான் சிரமமில்லாத வேலை.”

“யூ... டாமிட்... ஒரு உயிரை அநியாயமாப் பறிச்சிட்டியேடா பாவி!” விவேக் வெடித்தான். கண்கள் சோபாவுக்குக் கீழே சலனமற்றுக்கிடந்த ரீடாவின் மேல் பாய்ந்துவிட்டுத் திரும்பியது.

“நான் ஒண்ணும் அநியாயமாப் பறிக்கல விவேக். நியாயமாத்தான் செஞ்சிருக்கேன். அவளால எனக்கு ஆபத்து வரும்ன்னு தெரிஞ்ச பின்னாடியும் அவளை விட்டு வைக்கலாமா? நான் ரெண்டு பெண்டாட்டிக்காரன். ரீடாவோட கதையை இதோட முடிக்காம இருந்திருந்தேன்னா நாளைக்கு என்னோட இரண்டு பெண்டாட்டியும் விதவைகள் மறுவாழ்வு இல்லத்திலே சேர வேண்டி வந்துடும்...” அந்தக் குரல் சிரித்தது.

விவேக் குரலை உயர்த்திக்கொண்டு கேட்டான். “இப்ப எதுக்காகப் போன் பண்ணியிருக்கே? இனி யாரையாவது 11.45க்கு கொல்லப்போறியா?”

“இந்த நிமிஷம் வரைக்கும் அந்த எண்ணம் இல்லே. அப்படி ஏதாவது செய்யற உத்தேசம் இருந்தா நிச்சயமா உனக்குப் போன் பண்றேன். இப்ப நல்ல பிள்ளையா போனை வெச்சுட்டு ரீடாவோட பிணத்தைப் போஸ்ட்மார்ட்டத்துக்கு அனுப்ப ஏற்பாடு பண்ணு. ஒரு தகவல் சொல்லட்டுமா உனக்கு? ரீடாவோட வயத்திலே பாய்ச்சிருக்கிற கத்தியோட நீளம் சரியா ஓரடி மூணு அங்குலம் கத்தியோட ரெண்டு ஓரமும் அரம் மாதிரிப் பல்லு பல்லா இருக்கும். கத்தி வயித்துக்குள்ளாற பாயறப்பவே உயிர் போயிடும். அந்தக் கத்தியைப் பத்திரமா எடுத்து பிரசர்வ் பண்ணி அடுத்த வருஷக் கண்காட்சியில் போலீஸ் துறை ஸ்டாலில் பொதுமக்கள் பார்வைக்கு வெச்சுடு. இதுக்காக உனக்கு அவார்டு கிடைச்சாலும் கிடைக்கலாம்.”

ரிசீவரைப் பட்டென்று சாத்தினான் விவேக்.

“சே!” இடது உள்ளங்கையில் வலதுகை முஷ்டியால் குத்திக்கொண்டான். ‘சர்ர்ர்’ வாசலில் ஏதோ சத்தம். தலையை உயர்த்தினான் விவேக். போலீஸ் ஜீப் நின்றிருக்க முதல் ஆளாய் இறங்கினார் கோகுல்நாத். நீல நிற யூனிஃபார்மில் டெல்லி போலீஸ் பின்தொடர்ந்தார்கள்.

கோகுல்நாத் உள்ளே நுழைந்தார். கதவருகே நின்ற விவேக்கைப் பார்த்து மெல்லிய குரலில் கேட்டார். “ரீடா எங்கே விவேக்?”

சோபா-கம்-பெட்டுக்குக் கீழே சுட்டுவிரலைக் காட்டினான் விவேக்.

கோகுல்நாத் பார்த்தார். பார்த்தவர் சட்டென்று அதிர்ந்து தன்னை வினாடி நேரத்தில் சுதாரித்துக்கொண்டார். “ஓ! புவர் கேர்ள்...”

டெல்லி போலீஸார் நிலைமையைப் புரிந்துகொண்டு அறையில் பரவினார்கள். நடந்ததைச் சொல்லிக்கொண்டே வந்தான் விவேக்.

“வந்தவர்கள் எதில் வந்தார்கள்? காரா, ஜீப்பா?”

“பார்க்க முடியலே மிஸ்டர் கோகுல்நாத்...”

டெல்லி போலீஸ் இன்ஸ்பெக்டர் விவேக்கை நெருங்கினார். ஆங்கிலத்தில் கேட்டார்: “ நீங்க இங்கே வந்தபோது ரீடா மட்டும்தான் இருந்தாளா?”

“எஸ்.”

“ஆர் யூ ஷ்யூர்?”

“ஐ திங் ஸோ...”

“ரீடாவுக்குச் சொந்தக்காரர்கள் யாராவது இருக்கிறார்களா?”

“எனக்குத் தெரியாது” என்ற விவேக், “ஒன் மினிட்” என்று சொல்லிக்கொண்டே அருகேயிருந்த டெலிபோன்

டைரக்டரியை எடுத்தான். ஹோட்டல் நீடோஸ் போன் நெம்பரைத் தேடினான். கிடைத்தது. நெம்பரை மனதில் வாங்கிக்கொண்டு டயலைச் சுழற்றினான். சில விநாடிகளுக்குள் நீடோஸ் ஹோட்டல் மானேஜர் போனில் சிக்கினார். விவேக் குரலைக் கடுமையாக்கிக் கொண்டான்.

"மானேஜர்! நான் போலீஸ். ரீடா ஐ மீன் காபரே டான்ஸர் ரீடாவைப்பத்திச் சில கேள்விகளை உங்ககிட்ட கேட்கப்போறேன். பீ ஃப்ராங்க் வித் மீ. டோண்ட் பிளஃப்..."

"எஸ் ஸார்." மறுமுனையில் மானேஜரின் குரல் பிசிறடித்தது.

"ரீடா எத்தனை வருடமாய் உங்கள் ஓட்டலில் டான்ஸ் ஆடுகிறாள்?"

"ஐந்து வருஷமாய்."

"காண்ட்ராக்ட் எத்தனை வருடம்?"

"காண்ட்ராக்ட் எதுவுமில்லை."

"ரீடா எங்கே குடியிருக்கிறாள் தெரியுமா?"

"தெரியும்."

"அவ மட்டும்தான் தனியா இருக்கிறாளா?"

"ஆமா..."

"சொந்தக்காரங்க யாராவது?"

ஹோட்டல் மானேஜர் யோசிக்கச் சில வினாடிகள் எடுத்துக்கொண்டார்.

"அவசரமில்லை. யோசிச்சுச் சொல்லுங்க. டேக் யுவர் ஓன் டைம்."

மானேஜர் சொன்னார். "ரீடாவுக்குச் சொந்தக்காரங்க அதிகமா இல்லை. ஒரு அண்ணன் மட்டும் இருக்கிறதா என்கிட்டே சொல்லியிருக்கா. அண்ணன் பேர் ஜோயல்."

"அவருக்கு என்ன வேலை?"

"சிவில் டிஃபென்ஸ் டிபார்ட்மெண்டில் ஜூனியர் அஸிஸ்டெண்ட்."

"உங்களுக்கு நிச்சயமாத் தெரியுமா?"

"அப்படின்னு சொல்லித்தான் ரீடா எனக்கு அறிமுகம் செஞ்சு வைச்சா."

"ஜோயல் டில்லியில்தானே இருக்கார்?"

"எஸ். கண்டோன்மெண்ட்ஸ்..."

"அட்ரஸ்?"

"ஸாரி. எனக்குத் தெரியாது. ரீடாவைக் கேளுங்க..."

"அவளைக் கேட்டா சொல்லமாட்டா."

"வாட் டு யூ மீன்?"

"இனிமே ரீடா டான்ஸ் ஆட வரமாட்டா."

"பார்டன்?"

"ரீடாவோட ஆத்மா, சாந்தி அடைந்து பதினெஞ்சு நிமிஷம் முடியப்போகுது..."

"யூ மீன்?"

"எஸ். ஷி வாஸ் மர்டர்ட் பை ஸம்படி..."

"ஓ! ஹாரிபிள்!" மானேஜர் ஈரக்கையை 440 வோல்ட் மெயின் ஸ்விட்ச் போர்டில் நுழைத்து விட்டாற்போல் அலறினார்.

விவேக் போனை வைத்தான்.

அறையில் மௌனம் கனமாய்ப் பரவியிருக்க, அனைவரது விழிகளும் விவேக்கையே பார்த்திருக்க, விவேக் மெல்லத் தொண்டையைக் கனைத்துக் கொண்டான்.

"ஸோ ரீடா அனாதையில்லை. ஓர் அண்ணன் இருக்கிறான். ஜோயல் அவனுடைய பெயர். இனி அவன் அட்ரஸ் தெரியவேண்டும். கண்டோன்மெண்டில் இருக்கிறான்."

"சரியான அட்ரஸ் இல்லாமல் இந்த இரவு நேரத்தில் கண்டோன்மெண்ட் பூராவும் அலைய முடியாது விவேக்..."

"யூ ஆர் கரெக்ட்...! அட்ரஸ்தானே? கண்டுபிடிச்சுடலாம். ரீடாவோட அறை பீரோவை அலசினா ஏதாவது தகவல் தெரியலாம்..."

டெல்லி இன்ஸ்பெக்டர் டெலிபோனை நெருங்கி அதனை இயக்கி, கைரேகைப் பதிவாளரையும், காமிராக்காரரையும் அழைத்துக் கொண்டிருந்தார். விவேக் ரீடாவின் படுக்கை அறைக்குள் நுழைந்தான். ஆடம்பரமான படுக்கையறை. அறை முழுவதும் இன்டிமேட் செண்ட் மணமணத்தது. ஆளுயர நிலைக் கண்ணாடிகள் இரண்டு விவேக்குகளை உற்பத்தி செய்து காட்டின. சுவர் முழுக்க ஒரே மாதிரியான கலர் போட்டோக்கள். அனைத்திலும் ரீடா உடம்பைக் காட்டிக்கொண்டிருந்தாள். அறை மூலையில் ஃபிரிஜ். ஐயாயிரம் ரூபாயை விழுங்கிவிட்டுச் சாதுவாய் உட்கார்ந்திருந்தது. டிரஸ்ஸிங் டேபிள். அதில் ஏகப்பட்ட லோஷன்கள், லிப்ஸ்டிக் குப்பிகள், நெயில் பாலிஷ் பாட்டில்கள், புரூச், ஐ லிட்ஸ், ஜிகினாப் பொட்டுக்கள், நாலைந்து வகை சீப்புகள், வெளிநாட்டுப் பவுடர் டப்பிகள், அவிழ்த்து எறியப்பட்ட ஒரு ஸ்பான்ச் வைத்த பிரா.

மேஜை இழுப்பறையைத் திறந்தான் விவேக். துடைத்து வைத்தாற்போல் பளிச்சென்று இருந்தது. இரண்டாவது இழுப்பறையைத் திறந்தான். வண்ண வண்ண அட்டைகளோடு வெளிநாட்டுப் புத்தகங்கள். அனைத்தும் ஆபாசப் புத்தகங்கள், உங்களையெல்லாம் பார்க்க இந்தச் சந்தர்ப்பம் சரியில்லை. மனசுக்குள் சொல்லிக்கொண்டே இரண்டாவது அறையை மூடி, மூன்றாவது அறையைத் திறந்தான். பேங்க் பாஸ்புக், 'பாங்க் ஆஃப் பரோடா' என்றது.

"என்ன விவேக்? ஹேவ் யூ காட் எனி க்ளூ?" கோகுல்நாத் உள்ளே நுழைந்தார்.

"இந்த செகண்ட் வரைக்கும் இல்லை. ரீடாவோட பாங்க் பாஸ்புக் கிடைச்சுருக்கு."

"எவ்வளவு பணம் போட்டிருக்கா?" கோகுல்நாத் கேட்டார்.

பாஸ்புக்கைப் புரட்டினான் விவேக்.

"ஏழாயிரத்துச் சொச்சம்..."

"ரொம்பக் கம்மி..."

பாஸ்புத்தகத்தின் கடைசிப் புத்தகத்தைப் புரட்டிவிட்டுக் கீழே வைக்கப்போன விவேக் சட்டென்று நிமிர்ந்தான். கடைசிப் பக்கத்தைப் பார்த்தான். அதன் மூலையில் JOE 87321 என்ற எண்ணைக் கிறுக்கியிருந்தார்கள். "இதைப் பார்த்தீங்களா மிஸ்டர் கோகுல்நாத்?" காட்டினான் விவேக்.

"என்னவோ நெம்பர்" என்றார் கோகுல்நாத்.

"என்னவோ நெம்பர் இல்லை. போன் நெம்பர். முன்னாடி பார்த்தீங்களா? JOE. இந்த நெம்பர் ஏன் ஜோயல் வீட்டு போன் நம்பராய் இருக்கக்கூடாது?"

கோகுல்நாத் மலர்ந்தார். "யூ ஆர் கொயட் கரெக்ட் விவேக். இட் மஸ்ட் பி ஜோயல்..."

விவேக் பாஸ்புக்கைக் கையில் எடுத்துக்கொண்டு போனை நோக்கி நடந்தான். நெம்பரைச் சுழற்றிவிட்டுக் காத்திருந்தான். மறுமுனை சீராய் அலற ஆரம்பித்தது. காத்திருந்தான் விவேக். சோபா-கம்-பெட்டுக்கு அடியில் ரீடா இறுகிக் கொண்டிருந்தாள். ரத்தம், சுட்ட செங்கல் நிறத்துக்கு உறைய ஆரம்பித்திருந்தது. ரத்த வாசனையை எப்படியோ மோப்பம் பிடித்துக்கொண்டு வந்து சேர்ந்துவிட்ட ஓர் ஈ இலக்கில்லாமல் சுற்றிச் சுற்றி வந்து ரீடாவின் முகத்தில் மோதியது.

போலீஸ் கான்ஸ்டபிள்கள் சாக்பீஸால் ரத்தம் சிதறிய இடங்களை ரவுண்ட் அப் பண்ண ஆரம்பித்திருந்தார்கள்.

விவேக் ரிஸீவரில் இன்னமும் காத்திருந்தான். மறுமுனையில் டெலிபோன் க்ரைப் வாட்டருக்காக அழும் சினிமா விளம்பரக் குழந்தை மாதிரி விடாமல் கதறிக்கொண்டிருந்தது.

“இன்னுமா எடுக்கல்லே? மறுபடியும் ரிங் பண்ணுங்க விவேக்...”

மறுபடியும் டயலைச் சுழற்றினான் விவேக்.

மறுமுனை அலற ஆரம்பித்தது. “வீட்ல யாரும் இல்ல போலிருக்கு.”

“தூங்கிக்கிட்டிருந்தாலும் இருக்கலாம். லைனிலேயே இருங்க விவேக்...”

இருந்தான் விவேக்.

நிமிஷ முள் வால்கிளாக்கில் ஒருமுறை வட்டம் அடித்து இரண்டாவது வட்டத்துக்கு ஆயத்தமான போது...

வாசலில் டயர்கள் கிரீச்சிட்டுத் தேய, ஒரு டாக்ஸி வந்து நிற்க, அதிலிருந்து இறங்கிக் கொண்டிருந்தார் விமல்நாத்.

9

வாசலில் டாக்ஸியிலிருந்து விமல்நாத் இறங்கிய அதே வினாடி, காத்திருந்த - மறுமுனையில் ரிஸீவரை எடுத்தார்கள்.

விவேக் உற்சாகமானான். "ரிஸீவரை எடுத்துட்டாங்க கோகுல்நாத்!"

"விஷயத்தைப் பக்குவமாகத் தெரியப்படுத்துங்க விவேக்..."

தலையை ஆட்டிய விவேக் "ஹலோ" என்றான்.

"ஹலோ... யார் பேசறது...?" மறுமுனையில் ஒரு பெண் குரல்.

"நான் ஜோயலோட பிரண்ட் பேசறேன்... ஜோயலைக் கொஞ்சம் பேசச் சொல்றீங்களா?"

மறுமுனையில் அந்தப் பெண்ணின் குரல் கடுகடுத்தது. "உங்களுக்கெல்லாம் நேரம் காலம் இல்லையா? இந்த ராத்திரி நேரத்தில் எதிர்வீட்ல இருக்கிற ஜோயலைப் போய் எழுப்பிக் கூட்டிட்டு வர்றதுதான் எங்க வேலையா? நாளைக்கு, முதல் வேலையா போனை எடுத்துடப் போறோம்."

விவேக் புரிந்துகொண்டான், 'ஜோயலுக்குப் போன் கிடையாது; எதிர் வீட்டில் போன் இருக்கிறது. ரீடா இந்த போனைத்தான் பயன்படுத்தியிருக்கிறாள்.'

"ஸாரி மேடம்... ஜோயலுக்கு ஒரு முக்கியமான விஷயத்தைச் சொல்லணும். ரொம்ப ரொம்ப அவசரம்... அவசரம் இல்லேன்னா இந்த நேரத்துல உங்களைத் தொல்லை பண்ணியிருக்கமாட்டேன். ப்ளீஸ் ஜோயலைக் கொஞ்சம் கூப்பிடுங்க..."

அந்தப் பெண் ஏதோ முனகினாள். பிறகு சொன்னாள்: "லைனிலேயே இருங்க கூப்பிட்டு விடறேன்..."

மறுமுனை ரிஸீவர் கொர் என்று சப்திக்க ஆரம்பித்தது.

ஜோயலுக்காகக் காத்திருந்த விவேக் ஆரம்பித்தான்.

"எக்ஸ்க்யூஸ் மி."

கதவருகே குரல் கேட்க, தலையை உயர்த்தினான் விவேக்.

பைலட் விமல்நாத் நின்றிருந்தார். "ஐயம் விமல்நாத், பைலட்டா இருக்கேன்..." என்றார்.

விவேக்கும், கோகுல்நாத்தும் ஒருவரையொருவர் பார்த்துக்கொண்டார்கள். திரும்பவும் விமல்நாத்தின் மேல் பார்வையை நாட்டினார்கள். விமல்நாத் கொஞ்சம் பருமனாயிருந்தார். வயது நாற்பதுக்கு மேல் என்றது உடம்பு. மீசையை இரண்டு பக்கமும் உயர்த்தியிருந்தார். குடிப்பழக்கம் உண்டு என்று சர்டிபிகேட் தந்தது கண்களுக்குக் கீழே தெரிந்த சதைப்புடைப்பு. ஒரு செல்லப் பிராணியை வளர்ப்பதுபோலத் தொந்தியை வளர்த்து அதை பெல்ட்டால் சிறைப்படுத்தியிருந்தார்.

"வாங்க! மிஸ்டர் விமல்நாத்...! உங்களைச் சந்திக்கணும்ன்னு நான் நினைச்சிட்டிருந்தேன். பட் யூ ஆர் நாட் அவய்லபிள்... இப்ப இங்கே நானே எதிர்பார்க்காத நேரத்தில் வந்திருக்கீங்க..." காதோடு ரிஸீவர் ஒட்டிக் கொண்டிருக்க விவேக் பேசினான்.

விமல்நாத் குழப்பமானார். விவேக்கைப் பார்த்தார். கோகுல்நாத்தைப் பார்த்தார். அறையில் பரவியிருந்த போலீஸைப் பார்த்தார்.

"ரீடா இல்லையா?" தயங்கி மெல்லிய குரலில் கேட்டார்.

"நீங்க ரீடாவைப் பார்க்க வந்தீங்களா?"

ஆமா என்பதைப் போல் தலையாட்டினார்.

"என்ன விஷயமாய்? நான் தெரிஞ்சுக்கலாமா?"

விமல்நாத் விவேக்கை ஏறிட்டார். "பத்து நிமிஷத்துக்கு முன்னாடி எனக்கு ஒரு போன் கால் வந்தது. யாரோ ஒருத்தன் பேசினான். ரீடா ஓர் ஆபத்தில் மாட்டிட்டு இருக்கா. போய் காப்பாத்துன்னு சொன்னான். அதான் டாக்ஸி பிடிச்சுட்டு வந்தேன். ரீடாவுக்கு என்னாச்சு? எதுக்காகப் போலீஸ்...?"

விவேக் டெலிபோன் ரீஸிவரின் வாயைப் பொத்திக்கொண்டு சொன்னான். "மிஸ்டர் விமல்நாத்! உங்களுக்கும், ரீடாவுக்கும் இருக்கிற தொடர்பு எனக்குத் தெரியும். அதைப்பத்திப் பின்னாடி உங்ககிட்டே பேசிக்கிறேன். இப்ப நீங்க ரீடாவைப் பார்க்கிறதுக்காக வந்திருக்கீங்க. பாருங்க! ஆனா அதிர்ச்சியடையாதீங்க...!" - சொல்லிக்கொண்டே சோபா-கம்-பெட்டுக்குக் கீழே கையைக் காட்டினான் விவேக்.

விமல்நாத் திரும்பினார்.

பார்...த்...தா...ர்...

"ஹாக்!" என்ற ஓர் அதிர்ச்சி அலறல் அவர் தொண்டையினின்று புறப்பட்ட அதேநேரம் டெலிபோனில் ஓர் ஆண்குரல் கரகரத்தது.

"ஜோயல் ஸ்பீக்கிங்!"

"ஹலோ ஜோயல்... ஐயம் விவேக்!"

"விவேக்?" - மறுமுனையில் அவன் திகைத்தான்.

"எஸ்! விவேக்... உங்களுக்கு என்னைத் தெரிய நியாயமில்லை... உங்க சிஸ்டர் ரீடாவோட நண்பன்... புது நண்பன்!"

"என்ன வேண்டும் உங்களுக்கு?"

"ரீடாவோட வீட்டுக்கு நீங்கள் வரவேண்டும்..."

"என்ன விஷயம்?"

"இங்கே வாங்க சொல்றேன்..."

"முதல்ல விஷயத்தைச் சொல்லுங்க... விஷயம் ரொம்பவும் முக்கியமானதா என் மனசுக்குப்பட்டா இப்பவே புறப்பட்டு வர்றேன். முக்கியமில்லேன்னு தெரிஞ்சா நாளைக்கு மார்னிங் வர்றேன்... ஏன்னா கண்டோன்மெண்ட்ல இருந்து ரீடாவோட வீடு சரியா பத்தாவது கிலோமீட்டர்ல இருக்கு..."

"விஷயம் ரொம்பவும் முக்கியம் ஜோயல்!"

"அதை நீங்க சொல்ல வேண்டாம்... முதல்ல விஷயத்தைச் சொல்லுங்க, கேட்டுட்டு அது முக்கியமா இல்லையான்னு நான் சொல்றேன்..."

விவேக் ஒரு விநாடி தயங்கினான். பின்பு சொன்னான்: "உங்க சிஸ்டர் ரீடா கொலை செய்யப்பட்டிருந்தா அது முக்கியமான விஷயமா இல்லையா ஜோயல்?"

"எ...ன்...ன்...ன...?"

"ப்ளீஸ் கம் இம்மீடியட்லி..."

ரிஸீவரை வைத்தான் விவேக். கைக்குட்டையால் நெற்றியோரம் பூராவும் துளிர்த்திருந்த வியர்வை அரும்புகளை அழித்தான்.

விமல்நாத் இன்னமும் அதிர்ச்சியிலிருந்து மீளவில்லை. ரீடாவை வெறித்துக் கொண்டிருந்தார். ரீடாவைத் தொடாமல் போலீஸ் கேமரா அவளைச் சுற்றி சுற்றி வந்து கிளிக்கிக் கொண்டிருந்தது. கைரேகை பதிவை எடுப்பதற்காக அறை முழுக்கப் பவுடரைத் தூவிக்கொண்டிருந்தார்கள். ரீடாவின் வயிற்றில் பாய்ந்திருந்த அந்த நீண்ட அரப்பல் கத்தியை இன்ஸ்பெக்டர் கைக்குட்டையால் பற்றி உருவ, ரீடா இன்னமும் ரத்தத்தைக் கொட்டினாள்.

விவேக் விமல்நாத்தைத் தொட்டான். அவர் விழிகளை மட்டும் உயர்த்தினார்.

"கொஞ்சம் வெளியே போய்ப் பேசுவோமா, மிஸ்டர் விமல்நாத்?"

விமல்நாத் தொய்வாய் எழுந்தார். கதவை நோக்கி நடந்தார். வாசற்படியை விட்டுக் கீழே இறங்கி ரோஜாத் தொட்டிகளுக்கு அப்பால் நின்றிருந்த பவழ மல்லிகை மரத்துக்குக் கீழே நின்றுகொண்டார். விவேக் அவரையொட்டி நின்றான். மெல்லிய குரலில் சொன்னான்:

"மிஸ்டர் விமல்நாத்! நீங்க ஒரு பொறுப்பான ஆபீஸர்... நான் இன்வெஸ்டிகேஷன் டிபார்ட்மெண்ட்... நம்ம ரெண்டு பேருக்கும் மத்தியில் பொய் வரவேண்டாம்..."

விமல்நாத் ஒன்றும் பேசாமல் நின்றார்.

"விமான விபத்துக்கு உள்ளாகாமே நீங்க தப்பிச்சதுக்காக என்னோட வாழ்த்தைத் தெரிவிச்சுக்கறேன்."

"காட் ஈஸ் கிரேட்!"

"நான் நேற்றைக்குச் சாயந்திரம் உங்க பிரதர் சுரேந்திரகுமாரைச் சந்திச்சுப் பேசினேன்." சட்டென்று விஷயத்துக்கு வந்தான் விவேக்.

"உங்களைப் பத்தின எல்லா விஷயத்தையும் சொன்னார்..."

விமல்நாத்தின் முகம் மாறியது.

"ம்... சொல்லுங்க விமல்நாத்... எதுக்காக அந்தப் பொய் தந்தி?"

விமல்நாத் சட்டென்று தளர்ந்தார்.

"அது... அது அந்தத் தந்தியை ரீடாதான் கொடுத்தா...!"

"எதுக்காகக் கொடுத்தா? அப்போ அந்த விமானம் கண்டிப்பா வெடிக்கப் போகுதுன்னு அவளுக்குத் தெரிஞ்சிருக்கணும். அப்படித்தானே?"

“அதெல்லாம் எனக்குத் தெரியாது...”

“பின்னே என்ன காரணத்துக்காகக் கொடுத்தாளாம்...? அவகிட்ட கேட்டீங்களா?”

“ம்... கேட்டேன்...”

“என்ன சொன்னா?”

“அவள் என்னோட வெளியூர் போக ஆசைப்பட்டாளாம். என்னாலே லீவு எடுக்க முடியாதுன்னு அவளுக்கு முன்னமேயே தெரியும். என்னை லீவு எடுக்க வைக்க அந்தத் தந்தியைக் கொடுத்தாளாம்...”

விவேக் விமல்நாத்தின் முகத்தையே பார்த்தான். ‘இவர் சொல்வதில் எத்தனை சதவிகிதம் உண்மை? விமானம் புறப்பட அரைமணி நேரத்திற்கு முன்பாக அந்த தந்தி வரவேண்டிய அவசியம்...?’

“ரீடா ஆசைப்பட்டபடி வெளியூர் போனீங்களா?”

“ஆமாம்.”

“எங்கே?”

“ஆக்ரா போனோம். நாலைஞ்சு நாள் தங்கியிருந்தோம்.”

“ரீடாவோடு உங்கள் நெருக்கம் எப்படி?”

“பார்-டைம் பீயிங். அவள் எந்த ஆணுக்கும் கம்பெனி கொடுப்பா...!”

“நீங்க எத்தனை வருஷமா அவகூடப் பழகறீங்க?”

“ஏறக்குறைய ரெண்டு வருஷம்...”

“ரீடாவோட அண்ணன் ஜோயலை உங்களுக்குத் தெரியுமா?”

“தெரியும். ரீடா ஒரு தடவை அறிமுகம் செஞ்சு வைச்சிருக்கா. ஹலோ சொன்னதோடு சரி, அவரோடு பேசினதில்லை. அடிக்கடி ரீடாவுக்குப் போன் செய்வார். கண்டோன்மெண்டில்தான் அவருக்கு வீடுன்னு ரீடா ஒரு தடவை சொன்னதா ஞாபகம்...”

பேச்சைச் சட்டென்று திசை திருப்பினான் விவேக். “பத்து நாளைக்கு முன் நடந்த ஏர் கிராஷைப் பற்றி நீங்க என்ன நினைக்கிறீங்க விமல்நாத்...?”

“யாரோ டைனமைட்டை விமானத்தில் பதுக்கியிருக்கிறார்கள். டைம் பாம் பம்பாய்க்குப் பத்தாவது மைலில் விமானம் சிதறியிருக்கிறது. இது நிச்சயமாய்த் திட்டமிட்ட வேலைதான்...”

விவேக் கேட்டான், “விமானத்தைச் சல்லடை போட்டு அலசியிருக்கிறார்கள். டைனமைட் கிடைக்கவில்லை. விமானம் பம்பாயை நெருங்க நெருங்க, பம்பாய் கண்ட்ரோல் டவருடன் தொடர்பில்லை. விமானத்திற்கு அப்படி என்னதான் ஆகியிருக்கும்?”

“புரியவில்லை. ஐ குட் நாட் கெஸ். எதிரிகள் நம்மை விட புத்திசாலிகள். ஒருவன் போன் செய்து வேண்டுமென்றே எச்சரிக்கை கொடுத்தும்கூட, பிளைட்டை வெடிக்க விட்டிருக்கிறோம். இந்தச் சதிவேலையை அவர்கள் ரொம்பவும் சுலபமாக கையாண்டிருக்கிறார்கள்.” - விமல்நாத் பெருமூச்சொன்றை விட்டார். பேண்ட் பாக்கெட்டில் கையை விட்டு சிகரெட் பெட்டியை எடுத்தார். “சிகரெட்?” விவேக்கை நோக்கி சிகரெட் பெட்டியை நீட்டினார்.

“நோ தாங்க்ஸ்...! ரீடாவுக்கும், விமான விபத்துக்கும் ஏதோ ஒரு வகையில் தொடர்பு இருக்கவேண்டும் மிஸ்டர் விமல்நாத். அந்த விமானம் வெடிக்கப்போகிற விஷயம் அவளுக்கு முதலிலேயே தெரிந்திருக்க வேண்டும். அந்த விமானத்தில் நீங்கள் பைலட்டாய் செல்ல இருப்பதைத் தெரிந்து உங்களைக் காப்பாற்றவே இந்தப் பொய்த் தந்தியைக் கொடுத்திருக்க வேண்டும்...” - விவேக் உறுதியான குரலில் சொன்னான்.

“யூ சப்போஸ் டு பி கரெக்ட்... பட்... ரீடா அத்தகைய பயங்கரப் பேர்வழிகளோடு தொடர்பு கொண்டிருக்கக்கூடும்

என்பதை என்னால் கற்பனை பண்ணிக்கூடப் பார்க்க முடியவில்லை மிஸ்டர் விவேக்."

"யூ ஆர் ராங் கேப்டன். ரீடாவுக்கு நிச்சயமாய்த் தொடர்பு இருந்திருக்கிறது. தொடர்பு இருந்திருக்காவிட்டால் ரீடா கொல்லப்பட வேண்டிய அவசியமே இல்லை."

விமல்நாத் ஏதோ சொல்ல வாயைத் திறந்தார்.

அதே வினாடி....

வாசலில் ஒரு ஜாவா படபடத்தது. அதிலிருந்து உயரமாய், தலையில் ஹெல்மெட்டோடு ஒருவன் உதிர்ந்தான்.

"அவன்தான் ஜோயல்!" - என்றார் விமல்நாத்.

ஜோயல் காம்பௌண்ட் கேட்டைத் திறந்துகொண்டு, தயக்கமாய் உள்ளே நுழைந்தான். ஜோயல் திடகாத்திரமாய் இருந்தான். ஒரு வெயிட் லிப்ட் சாம்பியனுக்கு இருக்கவேண்டிய மார்பு அவனுக்கு இருந்தது. மாநிறம் கன்னப் பகுதிகளில் கிருதாக்கள் அமோகமாய்ச் செழித்திருக்க, மீசையும் தாடிப்பகுதியும் காணாமல் போயிருந்தது. கோடு கிழித்தாற்போல் உதடுகள். பரபரவென்று அலையும் சின்னக் கண்கள், கழுதையின் நிறத்தில் சபாரி அணிந்து பதட்டமாய்த் தெரிந்தான்.

"வாங்க ஜோயல்!" - விவேக் அவனை நெருங்கினான்.

"எப்படி...? ரீடா...? கொலை...? யார்...?" - வார்த்தைகளைத் துண்டுதுண்டாய் உதிர்த்தபடி விவேக்கைப் பார்த்தான் ஜோயல்.

விவேக் சொன்னான். எல்லாவற்றையுமே சொன்னான். நிதானமான குரலில்.

"வாங்க ஜோயல்! முதல்ல உங்க சிஸ்டரைப் பார்த்துக்குங்க. ஷி ஈஸ் கோயிங் டு பி போஸ்ட்மார்ட்டம்ட்..."

ஜோயல் உள்ளே நுழைந்தான். விவேக் சோபாவுக்குக் கீழே கையைச் சுட்டிக்காட்ட, ஜோயல் கீழே குனிந்து பார்த்தான்.

உடம்பு சரேலெனக் குலுங்க ஜோயல், முகத்தை மூடிக்கொண்டபடி தன் வலது கை விரல்களால்... மெலிதாய், ஒரு சின்னக் குழந்தை விசும்புகிற மாதிரி ஆரம்பித்து அழுகையின் உச்சிக்கு ஏறினான். மண்டியிட்டு அமர்ந்து மார்பில் சிலுவைக்குறியைப் போட்டான்.

"ஜோயல்... ப்ளீஸ் அழாதீங்க கெட் அப்..." - விவேக் அவன் தோளைத் தொட்டான். கர்சீப்பால் முகத்தைத் துடைத்துக்கொண்டு ஜோயல் எழுந்தான்.

விவேக் கேட்டான்: "ஜோயல்... நீங்க ஒரு நல்ல வேலையில் இருக்கீங்க, உங்க சிஸ்டர் ரீடாவை உங்ககூடவே வைத்துக்கொள்ளாமல் அவளைக் காபரே டான்ஸ் ஆட விட்டிருக்கிறீர்களே? இது எந்த வகையில் நியாயம்...? ஆர் யூ அஷேம்டு டு பி எ பிரதர்?"

ஜோயல் விவேக்கை ஏறிட்டான். சொன்னான்:

"யூ ஆர் மிஸ்டேக்கன் ஸார்... ரீடா என் தங்கை இல்லை..."

10

அறையில் ஒருவித அசாதாரணமான அமைதி நிலவியது.

தொடர்ந்தான் ஜோயல்: "ரீடாவை எனக்கு ஐந்து வருடமாகத் தெரியும். அவளை ஒரு ராணுவக் கேம்பில்தான் சந்தித்தேன். 'படாகானா' என்ற விருந்துக் கேளிக்கைக்காக நடனம் ஆட வந்திருந்தாள். அவளுடைய உண்மையான பெயர் ரோஸி. கிறிஸ்டியன். காபரே டான்ஸுக்காக ரீடாவாக மாறியிருந்தாள். அந்தக் கேளிக்கை விருந்தில் ரொம்பவும் மட்டரகமாய் நடனம் ஆடிய ரீடாவைப் பார்த்துக் கிறிஸ்டியனான நான் ரொம்பவும் வேதனைப்பட்டேன். நடனம் முடிந்ததும் அவளைத் தனிமையில் சந்தித்து என் ஆத்திரம் தீரத் திட்டினேன். சட்டென்று அவள் என் கால்களைப் பற்றிக்கொண்டு அழுதாள். வேறு தொழிலுக்கு முயற்சி செய்து கிடைக்காமல் போகவே இந்த நடனத் தொழிலுக்கு வந்ததாயும் அவளுடைய வாழ்க்கையிலேயே முதன்முதலாய் அவளுக்காக இரக்கப்பட்டு உரிமையோடு திட்டியவன் நான்தான் என்றும் சொல்லி, என்னை ஓர் உடன்பிறவா அண்ணனாக ஏற்றுக்கொள்வதாகச் சொன்னாள். அந்த வகையில்தான் நான் அவளுக்கு அண்ணன்."

விவேக் குறுக்கிட்டான்.

"ரீடாவுக்கு அப்பா அம்மா யாருமே இல்லையா?"

"இல்லை, அவள் ஓர் ஆர்பன். பத்து வயசு வரைக்கும் ஒரு ஆர்பனேஜில்தான் இருந்தாளாம்..."

"ரீடா உங்க வீட்டுக்கு அடிக்கடி வருவாளா?"

"ரீடா என் வீட்டுக்கு வரமாட்டாள். நான்தான் அவளைப் பார்க்க ஓட்டலுக்குப் போவேன்..."

"ரீடாவோட சமீபத்திய நடவடிக்கைகளில் உங்களுக்கு ஏதாவது மாற்றம் தெரிஞ்சுதா ஜோயல்?"

"இல்லை. எப்பவும் போலத்தான் இருந்தாள்."

மண்டையில் சிவப்பு விளக்குச் சுழல - ஓர் ஆம்புலன்ஸ் வேன் சத்தமில்லாமல் வந்து ரீடாவின் வீட்டு வாசலில் நின்றது.

டெல்லி இன்ஸ்பெக்டர் விவேக்கிடம் கேட்டார்.

"உடனே பாடியைப் போஸ்ட்மார்ட்டத்துக்குக் கொண்டுபோய் விடலாமா?"

தலையாட்டினான் விவேக்.

சோபாவுக்குக் கீழே இருந்த ரீடாவை இரண்டு கான்ஸ்டபிள்கள் வெளியே இழுத்தார்கள். ரத்தம் வெகுவாய் உறைந்திருந்தது. ஈக்கள் அதிகமாகியிருந்தன. மேலே சுழன்ற சீலிங் பேன் ரத்த வாடையை வினாடிக்கு ஒரு தரம் விசுக் விசுக்கென்று அடையாளம் காட்டியது. ரீடாவின் திறந்த விழிகளில் இன்னமும் மரண பயம் அப்படியே நின்றிருந்தது.

ஆம்புலன்ஸ் சிப்பந்திகள் ஸ்ட்ரச்சர் எடுத்து வர ரீடாவை அதில் கிடத்தினார்கள். விவேக் அவளையே பார்த்தான். மூன்று மணி நேரத்திற்கு முன்பு ஓட்டல் நீடோஸில் ஏகப்பட்ட பேர்களின் கண்களுக்கு ஒரு தேவதையாய்த் தெரிந்தவள் - இந்த வினாடி மண்டை உடைபடுவதற்காகப் போஸ்ட்மார்ட்டம் போகிறாள்.

"போலாமா?" கோகுல்நாத் விவேக்கைப் பார்த்துக் கண்ணைக் காட்டினார்.

"புறப்பட வேண்டியது தான்" - விவேக் திரும்பி ஜோயலைப் பார்த்தான். பைலட் விமல்நாத்தைப் பார்த்தான். "உங்கள் இருவரையும் மறுபடியும் மீட் பண்ணி சில கேள்விகளைக் கேக்கணும்... நான் என்றைக்கு வரட்டும்?"

முதலில் ஜோயல் சொன்னான்.

"நாளை காலையில் பத்து மணிக்குள் எப்ப வேணும்னாலும் சந்திக்க வரலாம் - ஐ வில் பி வெயிட்டிங் ஃபார் யூ... ரீடாவைப் பத்தின விவரங்களை எல்லாமே சொல்றேன்... இந்தாங்க என்னோட விசிட்டிங் கார்டு...!" ஜோயல் தன் பர்ஸைத் திறந்து கார்டு ஒன்றை நீட்டினான்.

"தேங்க்ஸ்..." விவேக் கார்டை வாங்கி அட்ரஸைப் படித்துவிட்டுச் சட்டைப் பைக்குள் போட்டுக்கொண்டான். விமல்நாத்தை ஏறிட்டான். "கேப்டன் நீங்கள்?"

"ஸாரி... மிஸ்டர் விவேக்... இன்னும் ஒரு நாலைந்து நாளைக்கு நான் உங்களைச் சந்திக்க முடியாது. நாளைக்குக் காலையில் ஏழரை மணிக்கு 376 மெட்ராஸ் பிளைட் வயா பம்பாய் ஷெட்யூல். டெல்லி திரும்ப நாலு நாளாகும்..."

"ஓ.கே. கேப்டன்... நீங்கள் டெல்லி திரும்பிய பிறகே உங்களைச் சந்திக்கிறேன்."

பரஸ்பரம் கைகளைக் குலுக்கிக்கொண்டு பிரிந்தார்கள்.

ஜோயல் ஜாவாவை உதைத்து உயிரூட்ட,

விமல்நாத் டாக்ஸியைத் தேடிக்கொண்டு ரோட்டின் கார்னருக்குப் போக தனக்கு முன்னால் போய்க்கொண்டிருந்த கோகுல்நாத்தின் தோளைத் தட்டினான் விவேக். கோகுல்நாத் திரும்பினார் "என்ன விவேக்?"

"விமல்நாத்தை நீங்க ஃபாலோ பண்ணுங்க. நான் ஜோயலைக் கண்காணிக்கிறேன். இரண்டு பேரில் யாராவது ஒருத்தர் எதையாவது வித்தியாசமாய்ச் செய்வார்கள்..." விவேக் கிசுகிசுப்பான குரலில் சொல்ல கோகுல்நாத் தலையாட்டினார்.

ரோட்டின் மூலைக்குச் சென்றுவிட்ட விமல்நாத்தை குறிவைத்துக் கொண்டே நடந்தார் கோகுல்நாத். விவேக் ஜோயலை நெருங்கினான்.

"ஹோட்டலுக்குப் போக ஒரு டாக்ஸியைப் பிடிக்கணும். கிராண்ட் ரோட்டுக்குப் போனால் சுலபமாய் டாக்ஸி கிடைக்கும். அதுவரைக்கும் உங்க ஜாவாவில் ட்ராப் பண்ண முடியுமா?"

"வித் ப்ளஷர்" என்றான் ஜோயல்.

ஜாவா சீற, அதன்மேல் ஆரோகணித்து விவேக்கை ஏறச் சொன்னான். விவேக் பின்சீட்டை ஆக்ரமித்தான்.

ஆம்புலன்ஸும், போலீஸ் ஜீப்பும் நகர்ந்த பிறகு,

ஜாவா ஊர்ந்தது. சில நிமிஷங்களில் கிராண்ட் ரோட்டுக்கு வந்தது.

டாக்ஸியைத் தேடிக்கொண்டே வந்தான் விவேக். எதிர்பக்கமாய் ஒரு காலியான டாக்ஸி காற்றைச் சீவிக்கொண்டு போக "டாக்ஸி!" என்று கத்தினான் விவேக்.

டாக்ஸி தள்ளிப்போய் - சர்ர்ர்ரென்று நின்றது.

விவேக் ஜாவாவிலிருந்து இறங்கினான்.

"ஓ.கே. ஜோயல் - நீங்க புறப்படுங்க - நான் டாக்ஸியில் ஹோட்டலுக்குப் போய்க்கிறேன்... ட்ராப் பண்ணினதுக்காக தேங்க்ஸ் ஏ லாட்!"

"பரவயில்லை" ஜோயல் சோகமாய்ப் புன்னகைத்தான். ரீடாவின் மரணம் அவனைச் செம்மையாய் பாதித்திருந்தது. விழிகளில் இன்னமும் ஈரம் இருந்தது.

"குட் நைட் - நாளைக்கு உங்களை வந்து பார்க்கிறேன்..." டாக்ஸியை நோக்கிப் போனான் விவேக். டாக்ஸிக்குள் ஐக்கியமானான்.

"கிதர் ஜானே கா ஸாப்?" டாக்ஸி டிரைவர் கேட்க,

"சொல்றேன் - சொல்றேன்" என்று கிசுகிசுத்த விவேக் சீட்டுக்கு முன்பக்கமாய் நகர்ந்து டிரைவர் காதருகே

சொன்னான்: "டிரைவர்... அதோ அந்த ஜாவா எங்கே போகிறதோ அது பின்னாடியே போ... தெரியாமே ஃபாலோ பண்ணு, நீ கேக்கிற பணம் தர்றேன்..."

டிரைவர் முகம் மலர்ந்து தலையாட்டினான்.

ஜோயலின் ஜாவா கண்டோன்மெண்டின் பாதையைத் தேடிக்கொண்டு அம்பாய் விரைய, அதன் பின்னே ஐம்பது கெஜம் தள்ளி டாக்ஸி தொடர்ந்தது.

மறுநாள் காலை ஆறு மணி.

விவேக் கண் விழித்தபோது கோகுல்நாத் டீயை உறிஞ்சிக் கொண்டிருந்தார்.

"குட்மார்னிங் கோகுல்நாத்..."

"ஸேம் டு யு விவேக் - டீ சொல்லட்டுமா?"

"ம்..."

விவேக் சிகரெட் ஒன்றைப் பற்ற வைத்தபடி கோகுல்நாத்துக்கு எதிரே உட்கார்ந்தான். கோகுல்நாத் கப் அண்ட் சாஸரைக் கீழே வைத்தபடியே கேட்டார்.

"நேற்றைக்கு ராத்திரி ஜோயலை ஃபாலோ பண்ணினீர்களே விவேக்! அவன் வழியில் எங்கேயும் போகவில்லையா...?"

"ஊஹூம்..." - உதட்டைப் பிதுக்கிய விவேக், "ஜோயல் நேரா வீட்டுக்குத்தான் போனான். ரீடாவோட இறப்பு நிச்சயமா அவனைப் பாதிச்சிருக்கு. அவன் உற்சாகமா இல்லே... ரீடா மேல உண்மையாகவே அவனுக்கு அஃபெக்ஷன் இருந்திருக்கணும். ஜோயலை நாம சந்தேகப்பட்டா நிச்சயமா நமக்கு நரகந்தான் கிடைக்கும்."

சிரித்தார் கோகுல்நாத். "விமல்நாத் மேல நாம படற சந்தேகம் நியாயந்தான்னு சொல்ல வர்றீங்களா விவேக்...?"

"விமல்நாத் சிலசமயம் பேசுவதைப் பார்க்கும்போது அந்த மனுஷன் பொய் சொல்றது மாதிரித் தோணும். சிலசமயம்

இந்தக் கேஸை விட்டு அவர் தள்ளி நிக்கற மாதிரித் தோணும். அவருக்கு வந்த தந்தியைப் பத்திக் கேட்டப்ப அது ரீடா கொடுத்த பொய்த் தந்திதான்னு ஒத்துகிட்டார் பார்த்தீங்களா... மிஸ்டர் கோகுல்நாத்?"

தலையை ஆட்டினார் கோகுல்நாத். "எனக்கென்னமோ... விமல்நாத்தை நம்ப முடியல்ல. இந்த விமான விபத்துக்குப் பின்னணியே அவர்தான். விமல்நாத்தை நாம இன்னமும் அலசணும். அவரை இஷ்டம்போல் இயங்கவிட்டு நாம தூரமாய் நின்னு அவருடைய இயக்கத்தின் ஒவ்வொரு நிமிஷத்தையும் கவனிக்க வேண்டும் மனுஷன் சிக்கிடுவான்..."

சிகரெட் துண்டை ஆஷ்ட்ரேயில் இட்டு அதை நசுக்கிவிட்டு எழுந்தான் விவேக். ஜன்னலோரமாய் இருந்த டெலிபோன் ரிஸீவரை எடுத்து "ரூம் நெம்பர் 107 ஒரு டீ வேணும். சரியா எட்டு மணிக்கு ப்ரேக் ஃபாஸ்ட் அனுப்புங்க..." என்றான்.

அவன் ரிஸீவரை வைக்க,

ஜன்னலோரமாய் திரைச்சீலையை நகர்த்திக் கொண்டிருந்த கோகுல்நாத் கத்தினார் திடீரென்று, "விவேக் கொஞ்சம் இப்படி வாங்க..."

"என்ன கோகுல்நாத்?"

"அவனைக் கொஞ்சம் பாருங்க." - ஜன்னலுக்கு வெளியே கையைக் காட்டினார் கோகுல்நாத்.

"யாரை?"

"அதோ..... அந்த நீலச் சட்டைக்காரனை..." ஹோட்டலை ஒட்டிச்சென்ற அந்தச் சாலையின் சந்திப்பில், எதையோ மென்றபடி தன் அறை ஜன்னல்களையே பார்த்துக்கொண்டிருக்கும் அந்த இளைஞனைச் சுட்டிக்காட்டினார் கோகுல்நாத்.

"ஏன் அவனுக்கென்ன?" - விவேக் அலட்சியமாய் கேட்க,

"அவனுடைய பார்வையைப் பார்த்தீங்களா விவேக்?"

விவேக் பார்த்தான்.

"அவன் இங்கேதான் பார்க்குறான்..."

"கரெக்ட்....! ஒரு துருப்புச்சீட்டு வீதிக்கு வந்திருக்கிறது... வளைச்சுடலாமா... விவேக்?" கோகுல்நாத்.

"வெயிட்... கொஞ்சம் பொறுங்க கோகுல்நாத்...! அவன் நம்ம ரூமைத்தான் பார்க்கிறானா? இல்லை... எல்லா ரூம்களையும் அப்படித்தான் பார்க்கிறானான்னு ஒரு அஞ்சு நிமிஷம் மறைஞ்சு நின்னு கவனிப்போம். ஜன்னல் ஸ்கீரினை முழுசுமாத் தள்ளிவிட்டுட்டு நாம ரெண்டுபேரும் பாத்ரூமுக்குப் போய் அங்கிருக்கிற வெண்டிலேட்டர் வழியாய் அவனைப் பார்ப்போம்..."

"தட்ஸ் குட் ஐடியா..." சிலாகித்த கோகுல்நாத், ஜன்னலின் திரைச்சீலையை மொத்தமாய் நகர்த்திவிட்டுப் பாத்ரூமுக்குள் நுழைந்தார். விவேக் இரண்டு ஸ்டூல்களை எடுத்துக்கொண்டு கோகுல்நாத்தைப் பின்தொடர்ந்தான்.

பாத்ரூமின் வெண்டிலேட்டர் சரியான உயரத்தில் இருந்தது. ஸ்டூல்களைப் போட்டு அதன் மீது ஏறி நின்ற விவேக்கும், கோகுல்நாத்தும் வசதியான கோணத்தில் அவனைப் பார்த்தனர். அவனுடைய பார்வை அழுத்தமாய் தங்கள் அறையின் மீது பதிந்திருக்க, அவனை உற்றுப் பார்த்தார்.

'யார் இவன்?'

"இந்தப் பட்சியைப் பிடித்தால் போதும்... விவேக்... நீங்க இங்கேயே இருங்க... நான் அவனைப் பிடிக்கிறேன்." ஸ்டூலைவிட்டு இறங்கினார் கோகுல்நாத்.

விவேக் அவருடைய கையைப் பற்றினான். "காரியத்தைக் கெடுத்துடாதீங்க கோகுல்நாத். உங்களையும், என்னையும் அவனுக்குத் தெரிஞ்சிருக்கு. நீங்க ஹோட்டல் வாசற்படியை விட்டு இறங்கினாலே போதும்... அவன்

உங்களைப் பார்த்துட்டு மறைஞ்சுடுவான். நம்ம ரெண்டு பேர்ல யாருமே அவன்கிட்ட போகக்கூடாது...”

“பின்னே அவனை எப்படிப் பிடிக்கிறதாம்?”

“போலீஸுக்குப் போன் பண்ணுங்க. விஷயத்தைச் சொல்லி உடனடியா ஜீப்ல வரச் சொல்லுங்க பையன் மாட்டிக்குவான்...”

கோகுல்நாத் டெலிபோனை நோக்கிப் போனார்.

அவசரப் போலீஸை டயலில் அழைத்தார்.

“எஸ், திஸ் ஈஸ் சாணக்கியபுரி போலீஸ் ஸ்டேஷன்” என்றது மறுமுனை.

“ஐயாம் கோகுல்நாத். மெட்ராஸ் போலீஸ்...”

“என்ன விஷயம்?”

“ஓட்டல் குபேராவிலிருந்து பேசறோம். இந்த ஓட்டலுக்கு முன்னாடி இருக்கிற ஒரு பான் கடையின் வாசலில் நீலச்சட்டை அணிந்த ஓர் இளைஞன் சந்தேகப்படும்படியா நிற்கிறான். குறிப்பா எங்க ரூமைப் பார்த்துட்டு நிற்கிறான்... உடனடியா ஜீப்ல புறப்பட்டு வந்தா அவனைப் பிடிச்சுடலாம்...” கோகுல்நாத் சொல்ல... சொல்ல...

“இதோ புறப்பட்டுட்டோம்...” மறுமுனை அவசரக் குரலில் சொல்லிக்கொண்டே ரிஸீவரை வைத்தது. கோகுல்நாத்தும் ரிஸீவரை வைத்துவிட்டு மறுபடியும் பாத்ரூமுக்குள் நுழைந்தார்... “போன் பண்ணிட்டேன் விவேக், இன்னொரு பத்து நிமிஷத்தில் அவன் போலீஸ் ஜீப்லே இருப்பான்...”

“போலீஸ் ஜீப் வருவதற்குள் இவன் போகாம இருக்கணும்...” விவேக் அந்த நீலச்சட்டைக்காரனைக் கவலையோடு பார்த்தான்.

“போயிடமாட்டான்... இருப்பான்...”

அவர்கள் போலீஸ் ஜீப்புக்காகக் காத்திருந்தார்கள்.

ஒரு நிமிஷம்...

இரண்டு நிமிஷம்... மூன்றாவது நிமிஷத்தின் ஆரம்ப வினாடிகளில் - அந்த நீலச்சட்டைக்காரன் பான் கடையை விட்டுச் சற்றும் தள்ளி வந்து நின்றான். குழந்தைச் சூரியனின் ஆரஞ்சு வண்ணக் கதிர்கள் அவன் மீது முழுசுமாய்ப் பட அவன் இப்போது தெளிவாய்த் தெரிந்தான். சாலையின் இரண்டு பக்கத்தையும் மாறிமாறிப் பார்த்தான்.

சாலையில் விர்ரென்று நீந்திக்கொண்டு போன டாக்ஸியொன்றை நிறுத்தக் கையைத் தட்டினான். அது நிற்காமல் ஓடியது.

விவேக் சரேலென ஸ்டூலைவிட்டு கீழே இறங்கினான்.

"அவன் டாக்ஸியைத் தேடறான்... இனிமே அவனை விடக்கூடாது. அவனைக் கொஞ்சம் சேதப்படுத்தியாவது பிடிச்சுட வேண்டியதுதான்..."

விவேக் வெளியே புயலாய்ப் பாய்ந்தான்...

11

ஹோட்டலின் மாடிப்படிகளில் தடதடத்து மொசைக் மேய்ந்த நீண்ட வராந்தாவில் அசுரப் பாய்ச்சல் பாய்ந்து ரிசப்ஷன் ஹாலில் காத்திருந்தவர்களின் வியப்பான பார்வைகளை வாங்கிக்கொண்டு, போர்ட்டிகோவின் வயிற்றில் அடக்கமாயிருந்த கார்களைத் தாண்டிக்கொண்டு, காம்பௌண்ட் கேட்டை நோக்கி ஓடினான் விவேக்.

‘அந்த நீலச்சட்டைகாரனைக் கண்டிப்பாய்ப் பிடிக்க வேண்டும்!’

‘இவனும் கைக்குச் சிக்காமல் போனால் இந்தக் கேஸ் திக்குத்தெரியாத காடாகிவிடும்.’ விவேக் காம்பௌண்ட் கேட்டைத் தாண்டினான்.

ஐம்பது கெஜ தூரத்தில் அந்த நீலச்சட்டைக்காரன் தெரிந்தான். அவன் இன்னமும் டாக்ஸியைத் தேடிக் கொண்டிருந்தான். ‘பிடித்து விடலாம்; இவனைப் பிடித்து விடலாம்’ அவனையே குறி வைத்துக்கொண்டு விவேக் ஓட....

‘டப் டப் டப்டப்.’ சத்தம் கேட்டு அவன் திரும்பினான்.

ஒரு ஜாக்கிரதையான திரும்பல்! விசுக்கென்று ஒரு பாய்ச்சல்! ஹோட்டலையொட்டிப் பிரிந்த அந்தச் சந்தில் அவன் ஒரு மின்னல் கீற்றாய்ப் பாய்ந்தான்.

‘சே! பார்த்து விட்டான்! பாதகமில்லை. பிடித்து விடலாம். எவ்வளவு தூரம் ஓடுவான்? என்னைப்

பற்றி இவனுக்குத் தெரியாது. இன்டர் காலேஜியேட் ஸ்போர்ட்ஸில் இந்த விவேக் மூணு தடவை சேம்பியன்ஷிப் வாங்கினவன்டா! வீணாக ஓடாதே...!'

அவன் விவேக்குக்கு 20 கெஜ தூர வித்தியாசத்தில் ஓடிக்கொண்டிருந்தான். ஓட்டம் ராட்சசத்தனமான ஓட்டம். தெருவில் இரு புறங்களிலும் - அந்தக் காலை நேரத்தில் சொற்ப ஜனங்களே வேடிக்கை பார்க்க, விவேக் வாயில் மூச்சிறைத்துக்கொண்டு ஓடிக் கொண்டிருந்தான்.

சந்து முடிந்து கொண்டிருந்தது.

'இவன் எந்தப்பக்கம் திரும்பி ஓடுவான்.'

'வலதுகைப் பக்கமா? இடதுகைப் பக்கமா?' - விவேக் யோசிப்பதற்குள் அவன் இடதுகைப் பக்கம் திரும்பினான். ரோட்டில் கலந்தான்.

'சே! என்ன ஓட்டம் ஓடுகிறான்! இந்த ஓட்டம் முறையான ஓட்டமில்லை! உயிருக்குப் பயந்து ஓடுகிற ஓட்டம். கண்டுபிடிக்கப்பட்டு விட்டோம் என்று தெரிந்த பின்னால் ஓடுகிற ஓட்டம். வேகம் இருப்பதில் ஆச்சரியமில்லை.'

விவேக்கும் இடதுகைப் பக்கம் திரும்பி மினார் ரோட்டில் பிரவேசித்தான். பார்த்தான். அந்த நீலச்சட்டைக்காரன் சாலையின் மறுபுறத்திற்கு ஓடிக் கொண்டிருந்தான்.

'எங்கே போகிறான்?' விவேக் அவனைப் பார்த்துக் கொண்டிருக்கையிலேயே அந்தப்பக்கமாய் விரைந்து வந்த சிட்டி பஸ்ஸில் அவன் பாய்ந்து ஏறினான்.

"மை குட்னஸ்!" - விவேக்கின் ஓட்டம் ஒரு விநாடி தடைப்பட்டது.

அடுத்த விநாடி,

விவேக்கும் அந்த பஸ்ஸைப் பிடிக்கத் தன் கால்களுக்கு உத்தரவிட்டான். உடம்பெங்கும் வியர்வை ஊற்றுக்கள் உற்சாகமாய்ப் பீறிட, பஸ்ஸை நோக்கிப் பேய்த்தனமாய் ஓடினான். 'அப்... அப்... அப்... அப்...'

“ஹோல்டான்... ஹோல்டான்...”

ஆனால் - பஸ் அவனை அலட்சியப்படுத்திவிட்டு விரைந்தது.

“டெவில்ஸ்!” - வாய்விட்டுத் திட்டிக்கொண்டே நின்றான் விவேக். சுற்றுமுற்றும் பார்த்தான். கண்ணுக்கெட்டிய தூரம்வரை டாக்ஸி இல்லை. ‘பஸ்ஸைப் பின்தொடர்ந்து இப்படியே ஓடலாமா? ஊஹூம்... அது முடிகிற காரியமில்லை! ஏதாவது ஒரு வாகனத்தைப் பிடிக்க வேண்டும்.’

சாலையின் நடுவே நின்றுகொண்டு இரண்டு பக்கமும் மாறி மாறிப் பார்த்தான். வலதுகைப் பக்கமாய் தூரத்தே ஒரு ஸ்கூட்டர் சிட்டாய் வந்துகொண்டிருந்தது.

பஜாஜ் 80 மாடல். இளம் பச்சை வண்ண ஸ்கூட்டர்.

கட்டை விரலை உயர்த்தினான் விவேக். ஸ்கூட்டர் நிதானத்துக்கு வந்தது. விவேக்கை நெருங்கியதும் நின்றது.

சுமார் 100 கிலோ எடையில் ஒரு சர்தார்ஜி ஸ்கூட்டரை ஆக்ரமித்திருந்தான். ஸ்கூட்டரின் பாஸ்கெட்டில் ஒரு டென்னிஸ் ராக்கெட் தெரிய, சர்தார்ஜி அளவே இல்லாத பனியனிலும், டிராயரிலும் பிரும்மாண்டமாய்த் தெரிந்தான். ‘இவனை உட்கார வைத்து முதுகில் சினிமாஸ்கோப் ராஜ ராஜ சோழன் படம் போடலாம்’ - விவேக் நினைத்தான்.

“க்யா?” என்றான்.

விவேக் இந்தியில் பொய்யை அள்ளினான். “என்னோட ஒய்ஃபுக்கு டெலிவரி டைம், ஆஸ்பத்திரியிலே அட்மிட் பண்ணிவிட்டேன். என்னோட மாமியார் வீட்டுக்குப் போய்த் தகவல் சொல்லணும். அதோ! அதுதான் நான் போக வேண்டிய பஸ்... மிஸ் பண்ணிட்டேன்... ப்ளீஸ் அந்த பஸ்ஸைப் பிடிக்க நீங்க ஹெல்ப் பண்ணினா பிறக்கப்போகிற குழந்தைக்கு உங்க பேரை வெச்சுடுவேன்!”

சர்தார்ஜி சிரித்தான்.

"பைட்டோ! பராபர் பக்கடோ!" தாவி ஏறினான் விவேக். சர்தார்ஜியின் பின்னங்கழுத்து முடியில் குப்பென்று கடுகெண்ணெய் வாசனை அடித்தது. விவேக் மூக்கையும், வாயையும் பொத்திக்கொண்டான்.

ஸ்கூட்டர் ஜிவ்வென்று ஸ்பீடா மீட்டரை லட்சியப்படுத்தாமல் சீறியது.

தூரத்தில் பஸ் தெரிந்தது.

"அந்த பஸ்தான்; அந்த பஸ்தான்!" சர்தார்ஜி சிரித்தான் கோடையிடி மாதிரி. "பிடித்து விடலாம்... பிடித்து விடலாம்..." இந்தியில் சொன்னான்.

"சர்ர்ர்ர்ர்ர்..."

பஸ்ஸைக் கடந்தது ஸ்கூட்டர்.

"அதோ! அந்த ஸ்டாப்பிங்கில் பஸ் நிற்கும். பிடித்துக்கொள்!" ஸ்டாப்பிங்கில் நின்றது ஸ்கூட்டர். "தேங்க்யூ வெரி மச் சர்தார்ஜி! நீங்க செஞ்ச இந்த உதவிக்குப் பிராயச்சித்தமாக இனிமே சர்தார்ஜி ஜோக்ஸ் சொல்றதில்லைன்னு முடிவு பண்ணிட்டேன்..."

சர்தார்ஜி சிரித்துக்கொண்டே, ஸ்கூட்டருக்கு எதிர்ப்பக்கமாய் வீறிக்கொண்டு போக, ஸ்டாப்பை நெருங்கியது. பஸ் நின்றது.

ஃபுட்போர்டில் தொங்கிய கூட்டத்தோடு தன்னையும் ஒட்ட வைத்துக்கொண்டான் விவேக். கண்டக்டர் விசில் கொடுக்க, பஸ் நிறைமாத கர்ப்பிணியைப் போல் ஊர்ந்தது.

'இந்தக் கசகசப்பான கூட்டத்தில் அந்த நீலச் சட்டைக்காரனை எப்படித் தேடுவது?' கண்களைச் சுழற்றினான் விவேக். பஸ் முழுக்கக் காற்று நுழையக்கூட இடமில்லாமல் மனிதத் தலைகள்! விவேக்கிற்குக் கோபம் கோபமாய் வந்தது. 'ஏண்டா பாவிகளா! காலங்கார்த்தாலே எங்கதான் போவீங்கடா இப்படிக் கூட்டங்கூட்டமாய்?'

வாய்விட்டு முனகிக்கொண்டே பார்வையை ஓட்டினான்.

பாரதி கண்ட கனவு அங்கே நனவாகிக் கொண்டிருந்தது. ஆண்களுக்குப் பெண்கள் சரி நிகர் சமானம் என்கிற கூற்று அந்த பஸ்ஸில் உண்மையாகிக் கொண்டிருந்தது. ஆண்களை இடித்துக்கொண்டும், மோதிக்கொண்டும் நிற்கிற பெண்களைப் பார்த்தால் பாரதி நிச்சயமாய்ப் பூரித்துப் போயிருப்பார்.

விவேக் இன்னமும் அந்த நீலச் சட்டைக்காரனைத் தேடிக் கொண்டிருந்தான். ‘எங்கே அவன்?’

“பேகம் பஜார்” கண்டக்டர் கத்தினான். பஸ் நின்றது.

கூட்டத்தின் அடர்த்தி கொஞ்சம் கரைய, அந்த இடைவெளி விநாடிகளில் பஸ்ஸின் முன்பக்கம் நின்றிருந்த அந்த நீலச்சட்டைக்காரன் தெரிந்து மறைந்தான்.

விவேக் சந்தோஷித்தான். ‘இருக்கிறான்! இருக்கிறான்? பிடித்து விடலாம்.’

பஸ் பேகம் பஜாரை விட்டு ஊர்ந்தது. விவேக் கூட்டத்தினிடையே மெதுவாய் நுழைந்து அந்த நீலச்சட்டைக்காரனை நோக்கி நகர்ந்தான். மெதுவாய் ஒவ்வொரு மில்லி மீட்டராய் நகர்ந்து,

பஸ் சிக்கந்தர்பூர் மெயின்ரோட்டில் காற்றை வாரியிறைத்துக் கொண்டு சுதந்தரமாய் ‘ஹம்’ என்று போய்க் கொண்டிருந்தது.

ஏறக்குறைய பஸ்ஸின் நடுவுக்கு வந்துவிட்ட விவேக், அதற்குமேல் நகர முடியாமல் நின்றான். காரணம் இரண்டு பஞ்சாபிப் பெண்கள் எதிரும் புதிருமாய் நின்றுகொண்டு கோட்டையே கட்டியிருந்தனர். விவேக் தலையைச் சொரிந்தான்.

“எக்ஸ்க்யூஸ் மி... குட் யூ மூவ் ஃபார் ஃப்யூ மினிட்ஸ்?”

“யூ கேன் கோ...” அவர்கள் அசையாமல் அப்படியே நின்றார்கள். வேறு வழியில்லாமல் ஊடுருவினான் விவேக்.

பெண்களுக்கே உரித்தான மெலிதான பூவாசம் அவன்மேல் பரவியது.

இப்போது அந்த நீலச்சட்டைக்காரனுக்கு நான்கடி தூரத்தில் விவேக் நின்றிருந்தான். விவேக்கின் பஸ் பிரவேசம் பற்றி அறியாதவனாய் வெளியே பார்த்துக்கொண்டு வந்தான். அவனைப் பார்வையால் குளிப்பாட்டினான் விவேக்.

நீலச்சட்டைக்காரனுக்கு வயது முப்பதுக்குள் இருக்கலாம். கோதுமை நிறம். பூனைத்தனமாய்க் கண்கள். தலைமுடி கொஞ்சம் செம்பட்டையாய்த் தெரிந்தது. மோவாயின் ஓரமாய் ஒரு தழும்பு பளிச்சென்று புலப்பட்டது. கழுத்தோரம் நரம்புகள் புடைப்பாய்த் தெரிந்தன.

மூளையைக் கேட்டான் விவேக்! 'இவனை இங்கேயே மடக்கலாமா? இல்லை அவன் இறங்கும்வரை காத்திருக்கலாமா?'

'உன் சௌகரியப்படி செய்' என்றது விவேக்கின் மூளை.

'பார்க்கலாம், அவன் எங்கேதான் இறங்கப்போகிறான், அவன் இறங்கப்போகும் ஏரியாவை அலசினால் மேலும் ஏதாவது பட்சி கிடைக்கலாம். விடுவோம், இப்படியே பையன் எங்கேதான் போகிறான் பார்க்கலாம்!' பஸ் தடக்கென்று நின்றது.

கார்னரில் திரும்பிக்கொண்டிருந்த ஒரு லாரிக்கு வழி கொடுக்கும் வகையில் பஸ் ஓரமாய் ஒதுங்கி நிற்க... அது என்ன ஏரியா என்று தலையை வெளியே நீட்டி விவேக் பார்த்த அதே வினாடி.... அந்த நீலச்சட்டைக்காரன்...

சட்டென்று பஸ்ஸை விட்டு இறங்கி எதிர் பிளாட்பாரத்துக்கு ஓடினான்.

விவேக் பரபரத்தான். கூட்டத்தை விலக்கிக்கொண்டு இறங்க முயற்சித்தான். அதற்குள் பஸ் உசுப்பிக்கொண்டு நகர, கண்டக்டர் அவனைத் தடுத்தான்.

"நை உத்தர்னா." (இறங்காதே)

விவேக் திமிறிக்கொண்டு ஃபுட்போர்டில் காலை வைத்து ரோட்டில் பாய்ந்தான்.

நீலச்சட்டைக்காரன் எதிர் பிளாட்பாரத்தில் ஓடிக் கொண்டிருந்தான். விவேக்கின் மனசுக்குள் ஆத்திரம் அலையோடியது. ரோட்டை நாலே எட்டில் கிராஸ் செய்தான். அதை ஒதுக்குப்புறமான சாலையில்... அந்தக் காலை நேரத்தில் எங்கோ இரண்டொருவர் நடந்துபோக, விவேக்கிற்கு ஓட வசதியாய் இருந்தது. இனியும் இவனை விடக்கூடாது. மூச்சை அடக்கிக்கொண்டு ஓடினான் விவேக்.

நீலச்சட்டைக்காரன் தளர்ந்துபோக ஆரம்பித்தான்.

அவனுக்கும், தனக்கும் இருந்த இடைவெளியை விவேக் கணிசமாய்க் குறைத்துக்கொண்டே வந்தான். வாயும் மூக்கும் சுவாசத்திற்காகப் புஸ் புஸ் என்றது.

இருபது அடி - பதினைந்து அடியாக மாறிய அதே நேரத்தில்...

ஓடிக்கொண்டிருந்த அந்த நீலச்சட்டைக்காரன் திடுமென நின்றான். கால்களை 'வி' வடிவத்தில் பரப்பிக்கொண்டு கையில் ஒரு பிச்சுவாவை மின்ன வைத்துக்கொண்டு மார்பு ஏற்றம் இறைக்க நின்றான். "வா" என்றான்.

விவேக் சரேலென்று உஷாராகி நின்றான். சுற்றுமுற்றும் பார்த்தான். அந்த ஆறரை மணிக் காலை வேளையில், அந்த ஒதுக்குப்புறமான ரோடு நிஷ்டையில் இருந்தது.

"வா விவேக்!" என்றான் நீலச்சட்டைக்காரன். இளித்தான். வெற்றிலைக் கறையேறிய பற்களோடு... பிச்சுவாவைக் காற்றில் வளைத்து 8 போட்டான்.

"ரீடா போஸ்ட்மார்ட்டத்திலிருந்து திரும்பறதுக்கு முன்னாடியே நீயும் அங்கே போக ஆசைப்படாதே. பேசாமே திரும்பிப் போயிடு..."

விவேக் கன்னத்தைத் தேய்த்துக்கொண்டே சிரித்தான். சொன்னான். "பிரதர்! மன்னிச்சுடு... திரும்பிப் போகணும்னு

நான் நினைச்சிருந்தா இத்தனை தூரம் பின்தொடர்ந்து வந்திருக்க மாட்டேன். நல்ல பிள்ளையா பிச்சுவாவை மடக்கு. என் கூடப் புறப்படு...”

விவேக் அவனை நெருங்கினான்.

“வராதே விவேக்!” - அவன் பின்னுக்கு நகர்ந்தான். பூனைக் கண்களில் கோபத் திவலைகள் மின்னின. விவேக் இன்னமும் நெருங்கினான். “வராதே வராதேன்னு சொல்லிகிட்டே நீ பின்னுக்குப்போனா என்ன அர்த்தம் பிரதர்? அப்படியே நில்லு, அங்கேயே நில்லு...”

“டேய்!” - அவன் பிச்சுவாவை உபயோகப்படுத்தியே தீருவது என்ற முடிவோடு விவேக்கின் மார்பைத் தேர்ந்தெடுத்துக்கொண்டு பாய்ந்தான்.

“தட்டீர்...”

நீலச்சட்டைக்காரன் கிழக்குத் திசையிலும், பிச்சுவா மேற்குத் திசையிலும் போய் விழ, விவேக் நெருங்கினான். “பிரயோஜனமில்லை பிரதர். ஜப்பான் கராத்தே மாஸ்டர் யாமகுச்சி பம்பாய் வந்திருந்தப்ப அவர் கையாலே பிளாக் பெல்ட் வாங்கியவன் இந்த விவேக்! சோதிச்சுப் பார்க்கப் பிரியப்பட்டா எழுந்திரிச்சு நில்லு - பிச்சுவாவை வேணுமின்னாலும் எடுத்துக்கோ...”

அவன் எழுந்து நின்றான்.

பிச்சுவாவை எடுக்கப் பாய்ந்தான். “ஸாரி மை டியர் பிரதர்.” நீலச் சட்டைக்காரனின் தாடையில் எகிறினான் விவேக். கீழ் வரிசைப் பற்கள் மேல்வரிசைப் பற்களோடு எதிர்பாராத விதமாய் எசகு பிசகாய் மோத... அந்த அதிர்ச்சியைத் தாங்கமாட்டாத சில பற்கள் உதிர்ந்தன. கல்கத்தா 120 ஜரிதா பீடா ஒன்றைப் போட்டாற்போல் வாய் முழுக்கச் சிவப்பு. ரத்தம் கொழகொழவென்று கொட்ட ஆரம்பித்தது.

அவன் அப்படியே மண்டியிட்டான். மன்னிப்புக் கேட்கும் பாவனையில்.

“இந்த வேலையை முதலிலேயே செஞ்சிருந்தா, உன் முத்தான பற்கள் லாஸ் ஆகியிருக்காது. எங்கே நீயே உன் கையாலேயே ஒரு டாக்ஸியை நிறுத்து பார்க்கலாம்...” சொல்லிவிட்டு வியர்த்துப்போன தன் முகத்தைக் கைக்குட்டையால் துடைத்துக்கொள்ள ஆரம்பித்தான் விவேக்.

அதே நேரம்,

பாலம் ஏர்போர்ட்டுக்குப் புறப்பட்டுக் கொண்டிருந்த விமல்நாத், டெலிபோன் ரீங்கரிப்பதைக் கண்டு எடுத்தார். “ஹலோ... நான் விமல்நாத் பேசறேன்...” மறுமுனையில் ஆண் குரல் கரகரத்தது.

“பைலட் விமல்நாத்... வெரி வெரி பேட் மார்னிங் டு யூ.”

“வாட் டு யூ ஸே?”

“வாட் ஐயாம் சேயிங் ஈஸ் அப்சல்யூட்லி கரெக்ட் விமல்நாத். வயா பம்பாய் மெட்ராஸ் போற பிளைட்டை நீங்க இயக்கப் போறீங்க இல்லையா?”

“ஆமா!”

“போகாதீங்க...”

“ஏன்?”

“நீங்க போற பிளைட்ல வெடிகுண்டு இருக்கு. பிளைட் பம்பாய்க்குப் பத்தாவது மைலில் வெடிக்கப்போகுது!”

12

விமல்நாத்தின் உடம்பிலிருந்த மொத்த ரத்தமும் ஒரு வினாடி தயக்கம் காட்டிவிட்டு மறுபடியும் ஓடியது.

"ஹலோ! ஹலோ!" பெருங்குரலெடுத்துக் கத்தினார். குரல் பிசிரடித்தது.

மறுமுனை "கொர்" என்றது.

முகத்தில் அரும்பிவிட்ட வியர்வையோடு விமல்நாத் ரிஸீவரை வைத்தார். சுவரில் இருந்த வால்கிளாக்கைப் பார்த்தார்.

நேரம்: 6:30

'யார் அவன்?' மனதில் பரபரத்துக்கொண்டே வாசலுக்கு வந்தார். ஏர்போர்ட் கார் வாசலில் 'ஙி' என்று சிணுங்கிக்கொண்டே வந்து நின்றது. காரின் கதவைத் திறந்துகொண்டு டிரைவர் கீழே இறங்கி வாசலில் நின்றிருந்த அவரைப் பார்த்து "குட்மார்னிங் ஸார்!" என்றான்.

விமல்நாத் கையை வெறுமனே அசைத்து டிரைவரின் குட்மார்னிங்கை ஏற்றுக்கொண்டார்.

"ஒரு நிமிஷம்" என்றவர், மனைவியில்லாத, ஒரு வேலைக்காரன் இல்லாத, அட்லீஸ்ட் ஒரு பூனைக்குட்டிக்கூட இல்லாத அந்த வீட்டின் எல்லா உட்புறக் கதவுகளையும், ஜன்னல்களையும் மூடிவிட்டு வெளியே வந்தார்.

வெளிக்கதவைப் பூட்டினார். காம்பௌண்ட் கேட்டைப் பூட்டினார்.

காரை நோக்கி அமர்த்தலாய் நடக்க, டிரைவர் பின்சீட்டின் கதவைப் பிளந்து விட்டான். ஏறி உட்கார்ந்தார் விமல்நாத். மனதில் அந்தப்பயம் கூடவே ஒட்டிக்கொண்டு வந்தது.

டிரைவர் காரைக் கிளப்பினான்.

கன்னாட் பிளேஸ் சர்க்கிள் பி-2 போலீஸ் ஸ்டேஷன் வாசலில் அந்த டாக்ஸி நின்றது.

"இறங்கு பிரதர்! கல்யாண மண்டபம் வந்தாச்சு..." விவேக் நீலச் சட்டைக்காரனின் முதுகைத் தட்டினான். உதட்டுப் பகுதியில் உறைந்த ரத்தத்தோடும், கண்களில் படர ஆரம்பித்துவிட்ட கிலியோடும் அவன் டாக்ஸியை விட்டு இறங்கினான்.

விவேக் டாக்ஸி டிரைவருக்குப் பணத்தைக் கொடுத்துவிட்டு நீலச்சட்டைக்காரனைப் பின்தொடர்ந்தான். "ம், நட சீக்கிரம் ஓடும்போது மட்டும் எவ்வளவு வேகமா ஓடினே?" அவனை நெட்டித் தள்ளினான் விவேக்.

ஸ்டேஷன் வாசலில் சென்ட்ரிக்கு நின்றிருந்த கான்ஸ்டபிள் "க்யா ஹோகையா?" என்று விவேக்கைக் கேட்க, அதற்கு பதில் சொல்லாமல் இன்ஸ்பெக்டர் "சைலேஷ் இருக்காரா?" - என்று கேட்டான்.

"ம் இருக்கார்."

உள்ளே நுழைந்தான் விவேக்.

அந்தக் காலை நேரத்தில் இன்ஸ்பெக்டர் சைலேஷ் ட்ரிம்மாய் இருந்தார். போலீஸ் யூனிஃபார்ம் அவருக்கு அழகாய் இருந்தது. இடது கையில் சிகரெட்டும், வலது கையில் தேநீர்க் கோப்பையுமாய்க் காட்சியளித்தார். நேற்றைக்கு இரவு ரீடாவின் வீட்டிலிருந்து திரும்பிய விநாடி முதல் இந்த விநாடிவரை அவர் தூங்கவில்லை

என்பதை அவருடைய சிவப்பேறிய விழிகள் காட்டின. விவேக்கைப் பார்த்ததும் உற்சாகமாய் "ஹலோ" என்றார் புன்னகைத்துக்கொண்டே.

விவேக் சிரித்தபடியே சைலேஷுக்கு எதிரே இருந்த நாற்காலியில் உட்கார்ந்தான். "முதலில் எனக்கு ஒரு கப் டீ கொடுக்க முடியுமா இன்ஸ்பெக்டர்? இவனோடு ஓடிப்பிடித்து விளையாடியதில் உடம்புக்குக் கொஞ்சம் அசதி..."

சைலேஷ் "டீதானே? கொண்டுவரச் சொல்றேன்! பை த பை யார் இந்த ஆள்?" என்றார்.

"எனக்குத் தெரியல்ல... இனிமேத்தான் விசாரிக்கணும்...!"

"வாட் டு யூ மீன் மிஸ்டர் விவேக்?"

"எஸ் இன்ஸ்பெக்டர். இவனைப் பற்றி எனக்கு ஏ.பி. சி.டி. கூடத் தெரியாது. இன்னிக்குக் காலையில் எர்லி மார்னிங் ஆறு மணிக்கு நான் தங்கியிருந்த ஹோட்டலுக்கு வெளியே நின்னுட்டு நானும் மிஸ்டர் கோகுல்நாத்தும் இருந்த ரூமையே பார்த்துட்டிருந்தான். எங்களைத் தேடிகிட்டுத் தானா தேடிவந்த இந்தப் பட்சியைச் சும்மாவிடலாமா? ஆளை மடக்கிப்போட வெளியே வந்தேன். புரிஞ்சிட்டான். ஓட ஆரம்பிச்சான். நானும் பின்னாலேயே ஓடிப்போய் மடக்கினேன். இந்த தர்மயுத்தத்திலே இவனுக்கு மூணு முன்பல்லும், ரெண்டு கடைவாய்ப் பல்லும் லாஸ்..."

இன்ஸ்பெக்டர் சைலேஷ் நாற்காலியைப் பின்னுக்குத் தள்ளிக்கொண்டு விருட்டென்று எழுந்தார். நீலச்சட்டைக்காரனை நெருங்கினார். மட்டமான இந்தியில் பேச ஆரம்பித்தார்.

"யார்ரா நீ?"

அவன் சலனமில்லாமல் சைலேஷைப் பார்த்தான்.

"உன் பேரென்ன?"

அதே பார்வை.

"பளீர்!" சைலேஷின் வலது கரம் ஆக்ரோஷமாய் அவனுடைய பிடரியில் மோதியது. காயம்பட்டிருந்த உதடு அந்த அடியில் சிலிர்த்துக்கொண்டு ரத்தத்தைப் புதிதாய்க் காட்டியது. அவன் வாயைத் திறக்காமல் அடம் காட்டினான்.

"ம். பேசுடா! கமான் ஸ்பீக் அவுட்..." சைலேஷ் கத்தினார்.

அவன் விழிகளைத் தாழ்த்திக்கொண்டான். விவேக் எழுந்தான். "பிரதர்! வீணா அடிபட்டுச் சாகாதே... ஏற்கெனவே அஞ்சு பல் லாஸ்லே இருக்கே, பூராத்தையும் கொட்டிக்க ஆசைப்படாதே! பேசு. பேசாமலேயே இருந்து ஜெயிச்சுடலாம்னு நினைக்காதே! அது உன்னால் முடியாது. போலீஸ் ஸ்டேஷனுக்கு வந்துட்டா ஊமையைக் கூடப் பேச வெச்சிடுவோம். ம்... வாயைத் திற. சொல்லு, நீ யாரு? எங்களை எதுக்காகக் கண்காணிச்சே? ரீடாவைக் கொன்னது யாரு? அந்தப் பம்பாய் விமானத்தில் வெடிகுண்டை வெச்சது யாரு? இந்த நாலு கேள்விக்கு மட்டும் சரியான பதிலா சொல்லிடு. உனக்குத் தண்டனை ஏதும் கிடைக்காம நாங்க பார்த்துக்கிறோம்..."

நீலச்சட்டைக்காரன் சலனமில்லாமல் விவேக்கைப் பார்த்தான். அந்தப் பார்வையில், அடப்போடா, என்கிற அலட்சியம் டன் டன்னாய் இருந்தது.

சைலேஷ் சரேலென தனது கை முஷ்டியை ஏகப்பட்ட வேகத்தோடு அவனுடைய வயிற்றில் நங்கென்று மோதினார்.

அப்படியே முன்புறமாய்ச் சத்தமில்லாமல் கவிழ்ந்தான். "ம்மா ஆ" என்று ஒரு சின்னக் கத்தல். அவ்வளவுதான். குப்பையை அள்ளுவதைப்போல் - அவனுடைய சட்டைக் காலரைப் பிடித்துத் தூக்கினார் சைலேஷ். "ம், சொல்லு யார் நீ?"

அவன் சோர்ந்துபோன விழிகளில் சைலேஷைப் பார்த்துப் புன்னகைத்தான்.

"ராஸ்கல் சிரிக்கிறியா?" கையை ஓங்கினார் சைலேஷ்.

விவேக் தடுத்தான். “ஒன் மினிட் இன்ஸ்பெக்டர்! இப்போதைக்கு இவன் வாயைத் திறக்கமாட்டான். இந்த அடிக்கெல்லாம் இவனுடைய உடம்பு மசியாது. இன்னிக்கு இவனைப் பேச வெச்சுடலாம்... நம்ம முறையான போலீஸ் சிகிச்சையை ஆரம்பிச்சா பய மளமளன்னு பேசிட மாட்டான்? இப்போதைக்கு இவனுக்கு டீ கொடுங்க. மத்தியானம் சாப்பாடு குடுங்க. உடம்புக்குக் கொஞ்சம் தெம்பு வரட்டும். லாக் அப்பில் அடைக்கிறதுக்கு முன்னாடி இவனைத் தரோவா செக் பண்ணிடுங்க... மாத்திரை கீத்திரை ஏதாவது வெச்சிருந்து முழுங்கிடப்போறான். இவனை வெச்சுத்தான் நாம ஆணிவேரை ட்ரேஸ் பண்ணணும்.” விவேக் சொல்லச் சொல்ல அதை ஆமோதிக்கும் வகையில் தலையை ஆட்டினார் சைலேஷ்.

பின்பக்கமாய்த் திரும்பி “தோ சௌ பீஸ்” என்றார். உயரமாய் தாட்டியாய் நின்றிருந்த அந்தக் கான்ஸ்டபிள் பவ்யமாய் முன்புறம் வந்து, “எஸ் ஸார்” என்று நிற்க, சைலேஷ் சொன்னார்: “இவனைக் கூட்டிக்கிட்டுப் போய் உடம்பில் சகலத்தையும் உருவிப் பாத்துடு... பிளான் முறைப்படி விவாகரமா ஏதும் வெச்சிருக்கானான்னு சோதிச்சுடு. இவன் முக்கியம் நமக்கு. ஜாக்கிரதை!”

“எஸ் ஸார்.” நீலச்சட்டைக்காரனைத் தள்ளிக்கொண்டு போனார் 220.

விவேக்கின் முன்புறம் இருந்த மேஜையின் மேல் டீ நிரம்பிய கண்ணாடி டம்ளர் பிரசன்னமாக, அதை எடுத்துக்கொண்டு உறிஞ்சினான்.

“மிஸ்டர் விவேக்! யூ ஹேவ் டன் ஏ வொண்டர்ஃபுல் ஜாப்...”

“தேங்க்யூ இன்ஸ்பெக்டர்...”

“இவனை வெச்சே இனிமே எல்லாத்தையும் கண்டுபுடிச்சிடலாம்...”

"ஷ்யூர் ஷ்யூர்..." டீயை உறிஞ்சிவிட்டுக் கண்ணாடி டம்ளரை வைத்தான் விவேக், எழுந்தான். "இன்ஸ்பெக்டர் நான் இன்னமும் குளிக்கல்ல... ஹோட்டலுக்குப் போய்க் குளிச்சிட்டு இன்னும் ஒரு மணி நேரத்தில் இங்கே திரும்பி வர்றேன். அவனை மறுபடியும் உரசிப் பார்க்கலாம்..."

"வாங்க விவேக்... ஐயாம் அவைட்டிங் ஃபார் யூ..."

"ஓ.கே!" சைலேஷின் கையைப் பற்றி உற்சாகமாய்க் குலுக்கிவிட்டு வெளியே வந்தான் விவேக், டில்லி வெயில் சுர்ரென்றது.

அவன் ஸ்டேஷனின் வாசலைவிட்டு இறங்கிய அதே நேரம் எதிர்ச்சாரியில் ஒரு பஸ் ஸ்டாப் ஷெல்டருக்கு கீழே நின்றபடி கையிலிருந்த புத்தகமொன்றைப் படிப்பதுபோல் பாவனை செய்துகொண்டே கூலிங்கிளாஸ் அணிந்த அந்தப் பெண் விவேக்கையே இமைக்காமல் பார்த்துக் கொண்டிருந்தாள்.

பாலம் ஏர்போர்ட் அந்தக் காலைவேளையில் ஏகப்பட்ட கலகலப்போடு இருந்தது. ஏர்போர்ட்டுக்கு வெளியே நின்றிருந்த நூற்றுக்கணக்கான கார்களின் முன்புற மண்டைகள் சூரிய ஒளியில் மினுமினுத்தன. காப்பிக்கொட்டை வண்ண அங்கிகளில் நிறைய அரேபியர்கள் தெரிந்தார்கள். ஒலிபெருக்கியில் அனௌன்ஸிங் கேர்ள் ஸ்டெல்லா மழலை ஆங்கிலத்தில் கொஞ்சிக்கொண்டிருந்தாள். சிங்கப்பூர் ஏர்லைன்ஸ் விமானம் ஒன்று புறப்பட்டுப் போக ஆயத்தப்பட்டுக் கொண்டிருந்ததை லௌஞ்சில் நின்றிருந்த ஏராளமானோர் வேடிக்கை பார்த்துக் கொண்டிருந்தார்கள்.

விமல்நாத் ஏர்போர்ட் வாசலில் வெண்ணெய்த் துண்டமாய் வந்து நின்ற காரினின்றும் சாவதானமாய் இறங்கினார். கண்ணாடிக் கதவைத் திறந்துகொண்டு விமானக் கூடத்திற்குள் நுழைந்தார். சளசளவென்ற பேச்சொலி காதை நிறைத்தது. நடந்தார்.

தெற்றுப்பல் ரிஷப்னிஷ்ட் பெண், விமல்நாத்தைப் பார்த்ததும், கௌன்டரில் இருந்தபடியே கையை உயர்த்தி "ஹாய்" என்றாள்.

"மார்னிங் கேப்டன்."

"குட் மார்னிங்!" விமல்நாத் கையை அசைத்து விட்டு நடந்தார். வேறொரு சமயமாய் இருந்தால் நின்று அவளோடு பத்து நிமிஷம் பேசி, அவள் சிரிப்பில் கரைந்து அவள் உடம்பில் இதமான ஏற்ற இறக்கங்களை ஒருவித வக்கிரத்தனத்தோடு ரசித்துவிட்டுப் போயிருப்பார். இந்த நிமிஷம் அவருடைய மனசுக்கு அந்த ரசிப்புத்தன்மை இல்லை. காரணம்? அந்த டெலிபோன் கால்.

'விமானத்தில் வெடிகுண்டு வைக்கப்பட்டிருக்கிறது. அது பம்பாய்க்குப் பத்தாவது மைலில் வெடிக்கப்போகிறது.' டெலிபோனில் ஒலித்த இந்த வாக்கியங்கள் கீறல் விழுந்த இசைத்தட்டாய் இதயத்தைக் கொத்திக்கொண்டே இருந்தன.

பைலட்டுகள் தங்கும் அறைக்குள் நுழைந்தார் விமல்நாத்.

"குட்மார்னிங் கேப்டன்" கோ-பைலட் ஷிவ்லால் பற்கள் தெரியச் சிரித்தான். விமல்நாத் தன் உதட்டைப் புன்னகையில் விரித்தார்.

"குட்மார்னிங் ஷிவ்லால்"

"என்ன? மெட்ராஸ் போகிறீர்களா?" ஆங்கிலத்தில் கேட்டான் ஷிவ்லால்.

"எஸ். வயா பாம்பே..."

"உடன் யார் வருகிறார்கள்?"

"உதவி பைலட் ஜவஹர். இன்ஜினியர் மேத்தா, ஏர் ஹோஸ்டஸ் கவிதா, உதயா. தட்ஸ் ஆல்..." விமல்நாத்தின் உதடுகள் உற்சாகமாய்ப் பேசினாலும் உள்ளுக்குள் பயப் பறவை அடிக்கடி சிறகடித்தது.

"மறுபடியும் உங்களுக்கு ஷெட்யூல் என்றைக்கு? ஐ மீன்... மெட்ராஸிலிருந்து?"

"வெரி நெக்ஸ்ட் டே..."

ஷிவ்லால் சிரித்தான். "நாளைக்கு நான் 307 பிளைட்டில் மெட்ராஸ் வர்றேன். ரூம்லேயே இருங்க. சாயந்திரம் ராயப்பேட்டைக்கு அந்தக் கமலா வீட்டுக்குப் போலாம்..."

"நான் வரலை ஷிவ்லால்." விமல்நாத் தலையை ஆட்டினார்.

"ஏன் வரமாட்டேன்னு சொல்றீங்க...? கமலாவுக்கு வயசாயிருச்சேன்னு பார்க்கிறீங்களா விமல்நாத்?" ஷிவ்லால் ஆர்ப்பாட்டமாய்ச் சிரிக்க அதைப் பொருட்படுத்தாமல் அறையைவிட்டு வெளியே வந்து கண்ட்ரோல் டவரை நோக்கிப் போனார்.

எதிரே குறுக்கிட்ட டாக்யார்ட், பேவ்மெண்டின் ஓரத்திலே சின்னதாய் வளர்ந்திருந்த ஒரு வாதநாராயண மரத்தின் கீழ் ஓர் அமெரிக்கன் அமெரிக்கச்சியை முத்தமிட்டுக் கொண்டிருக்க, சிங்கப்பூர் பிளைட் ஏகப்பட்ட சத்தத்தோடு வானவெளியை நோக்கித் தாவிக் கொண்டிருந்தது.

'முதலில் இந்த வெடிகுண்டு விஷயத்தைக் கண்ட்ரோல் டவர் ஆபீஸர் ஷர்மாவுக்குச் சொல்லிவிடலாம்' விமல்நாத் விறுவிறுவென்று நடந்து டவர் ஆபீஸுக்குள் நுழைந்தார். ஷர்மா சிங்கப்பூர் பிளைட்டை வழியனுப்பி விட்டுச் சிகரெட்டைத் தேடிக் கொண்டிருந்தார்.

"குட் மார்னிங் ஷர்மா!"

தலையை உயர்த்திய ஷர்மா, "ஓ கேப்டன்! வாங்க மெட்ராஸ் பிளைட்டா?" லைட்டரைத் தட்டிச் சிகரெட்டைப் பற்ற வைத்துக் கொண்டார்.

"எஸ்" என்றவர், "மிஸ்டர் ஷர்மா இன்றைக்குக் காலை நான் ஏர்போர்ட் புறப்படுகிற சமயம் ஒரு அனானிமஸ் போன் கால் வந்தது. நான் இயக்கப்போகிற இந்த மெட்ராஸ் பிளைட்டில்

வெடிகுண்டு வைக்கப்பட்டிருக்கிறதாம். பம்பாய்க்குப் பத்தாவது மைலில் பிளைட் வெடிக்கப் போகிறதாம்."

ஷர்மாவின் முகம் வெளிறிக்கொண்டு போக, வாயிலிருந்த சிகரெட் சட்டென்று கீழே உதிர்ந்தது. "மை குட்னஸ்! மறுபடியும் அந்த போன் காலா? அதை அலட்சியப்படுத்துவதற்கில்லை கேப்டன். சீரியஸாய் ரொம்ப ரொம்ப சீரியஸாய் யோசிக்க வேண்டும். பாஸஞ்சர்ஸை ஒவ்வோர் இஞ்ச்சா செக் பண்ணனும். அதேமாதிரி பிளைட்டையும் ஒவ்வொரு மில்லிமீட்டரா பார்க்கச் சொல்லணும். இந்தத் தடவை அந்த வெடிகுண்டை எப்படியாவது கண்டுபிடிச்சுடணும். வெடிகுண்டை வெளியே எடுத்தாத்தான் நான் பிளைட்டுக்குக் கிளியரன்ஸ் கொடுப்பேன்..."

"யூ ஆர் கொயட் கரெக்ட் மிஸ்டர் ஷர்மா... இதுக்கு நடுவிலே நாம இன்னொரு விஷயத்தையும் கண்டுபிடிக்கணும். அந்த அனானிமஸ் போன் கால் எங்கிருந்து வருதுன்னு ட்ரேஸ் பண்ணணும். இன்னொரு தடவை எனக்கு எப்படியும் போன் வரும். நான் அவன்கிட்டே பேசிட்டே இருக்கேன். நீங்க டெலிபோன் எக்ஸேஞ்சுக்குப் போன் செஞ்சு அந்த போன் கால் எந்த பப்ளிக் பூத்திலிருந்து வருதுன்னு கேளுங்க. போலீஸை அனுப்பிப் பிடிச்சுடலாம்."

ஷர்மா சிந்தனையோடு தலையாட்டினார். "முதல்லே மிஸ்டர் விவேக்கை இந்த ஸ்பாட்டுக்கு வரச் சொல்லுங்க கேப்டன்..."

விவேக்கை அழைக்க போனை நோக்கிப் போனார் விமல்நாத். ஓட்டல் போன் நெம்பரைச் சுழற்றிவிட்டுக் காத்திருந்தார். சில நிமிஷங்களுக்குப் பிறகு விவேக் கிடைத்தான்.

"ஹலோ! என்ன கேப்டன்...? பிளைட்டுக்குப் போறதா சொன்னீங்களே?"

"அதிலே ஒரு சின்ன சிக்கல் மிஸ்டர் விவேக்."

"என்ன? பிளைட்டோட டயர் பஞ்சர் ஆயிடுச்சா?"

விமல்நாத் சிரித்தார். "பைலட் ஜெயதேவ் இயக்கின பிளைட்டுக்கு நேர்ந்த கதி நான் இயக்கப்போகிற இந்தப் பிளைட்டுக்கும் நேரப் போகிறதாம்."

"மறுபடியும் அந்த போன் கால் வந்ததா கேப்டன்?" விவேக் சீரியஸானான்.

"எஸ், இன்னைக்குக் காலைலே வந்தது."

"இப்ப நீங்க எங்கிருந்து பேசறீங்க கேப்டன்?"

"ஏர்போர்ட்டிலிருந்து."

"இதோ அஞ்சு நிமிஷத்திலே குளிச்சுட்டு உடனே நானும், கோகுல்நாத்தும் ஏர்போர்ட் வர்றோம். வெடிகுண்டு விஷயத்தைப் பிரயாணிகளுக்குத் தெரியப்படுத்தாதீங்க..."

"ஓ.கே!"

ரிஸீவரை வைத்தார் விமல்நாத். விவேக் வருகிறான்! மனதுக்குக் கொஞ்சம் தைரியம் வந்தது விமல்நாத்துக்கு.

ஷர்மா நெருங்கினார். " செக்யூரிட்டி செக் முடிஞ்சி பிளைட்ல போய் உட்கார்ந்திருக்கிற பாசஞ்சர்ஸை மறுபடியும் லௌஞ்சுக்கு வரச்சொல்லிவிடலாமா கேப்டன்?"

"ம்... சொல்லுங்கள் மிஸ்டர் ஷர்மா... விவேக்கும் கொஞ்ச நேரத்திலே வந்துருவார். அவர் வந்த பின்னாடி டீப்பா திங்க் பண்ணுவோம்: பை த பை இந்த வெடிகுண்டு மிரட்டல் விஷயம் பிரயாணிகளுக்குத் தெரியப்படுத்த வேண்டாம்னு விவேக் அபிப்பிராயப்படறார்."

"தட்ஸ் குட். நானும் அதைத்தான் நினைச்சேன்." ஷர்மா உத்தரவுகளைப் பிறப்பிக்க மைக்ரோபோனை நோக்கி நடந்த அதே வினாடி...

டெலிபோன் அழைத்தது.

"இட் மஸ்ட் பி ஃபார் யு கேப்டன். எடுங்க!"

விமல்நாத் கைகள் நடுங்க எடுத்தார். “ஹலோ” மறுமுனையில் அந்தக் குரல்தான். “விமல்நாத்தா? என்ன முடிவு பண்ணியிருக்கிங்க? இந்தப் பிளைட்டைத் தவிர்த்துடுங்க... இந்த பிளைட்டில் நீங்க போனா ரீடாவோட ஆத்மா சாந்தியடையாது.”

விமல்நாத் ஜாடை காட்டப் பரபரப்பானார் ஷர்மா... இன்னொரு டெலிபோனில் எக்ஸ்சேஞ்சோடு தொடர்பு கொண்டார்.

“ஹலோ எக்ஸ்சேஞ்ச்? இது பாலம் ஏர்போர்ட் சிவில் டிஃபன்ஸுக்காக ஒரு இன்ஃபர்மேஷன் வேணும். இந்த நிமிஷம் ஏர்போர்ட்டுக்குப் பேசிட்டிருக்கிற கால் எந்த பூத்திலிருந்து செய்யப்படுதுன்னு சொல்ல முடியுமா?”

“வெயிட் ஃபார் ஃப்யூ செகண்ட்ஸ்.”

காத்திருந்தார் ஷர்மா.

சில விநாடிகளுக்குப் பின்னால் சொன்னார்கள்.

“ஜஹாங்கீர் சதுக்க பூத்...”

“தேங்க்யூ...” ரிஸீவரை வைத்துவிட்டு வெளியே வந்தார் ஷர்மா. “விமல்நாத் அவன்கூட பேசிட்டே இருங்க. நான் போலீஸைக் கூப்பிடறேன்.”

அதே நேரம் ஏர்போர்ட் வாசலில் நின்ற டாக்ஸியினின்றும் விவேக்கும், கோகுல்நாத்தும் இறங்கிக் கொண்டிருந்தார்கள்.

13

விவேக்கும், கோகுல்நாத்தும் ஏர்போர்ட் லௌஞ்சில் பரவியிருந்த ஜனத்திட்டுக்களின் ஊடே புகுந்து பதட்டத்தோடு வந்து கொண்டிருந்த கண்ட்ரோல் ஆபீஸர் ஷர்மாவை எதிர்கொண்டனர். ஷர்மா ரொம்பவும் வியர்த்திருந்தார். அவசரமான பயம் அவரைத் தொற்றியிருந்தது.

விவேக்கின் கையைச் சட்டென்று பற்றிக்கொண்டார்.

“மிஸ்டர் விவேக்... போனில் பேசின ஆளை ட்ரேஸ் பண்ணிட்டோம். டெலிபோன் எக்ஸ்சேஞ்சிலிருந்து இப்பத்தான் தகவல் வந்தது. ஜஹாங்கீர் சதுக்கம் டெலிபோன் பூத்திலிருந்து அவன் பேசிக்கிட்டு இருக்கானாம். இப்பப் போனா அவனைப் பிடிச்சுடலாம். ப்ளீஸ் கம் வித் மீ...”

பரபரத்த அவரைக் கையமர்த்தினான் விவேக். “மிஸ்டர் ஷர்மா... நாம இங்கிருந்து டாக்ஸி பிடிச்சு ஜஹாங்கீர் சதுக்கம் டெலிபோன் பூத்துக்குப் போய்ச் சேர எப்படியும் பதினைந்து நிமிஷமாகும். அதற்குள் அவன் பூத்தைவிட்டு வெளியே வந்துவிடுவான். இந்த நிமிஷம் நாம செய்ய வேண்டிய புத்திசாலித்தனமான காரியம் போலீசுக்கு இன்ஃபார்ம் பண்ண வேண்டியதுதான்... அதுவும்... ஜஹாங்கீர் சதுக்கம் போலீஸ் ஸ்டேஷனுக்கு இன்ஃபார்ம் பண்ணிப் பூத்துக்குப் போகச் சொல்லணும்... பை த பை கேப்டன் விமல்நாத் இன்னமும் அவனோடு டெலிபோன்ல பேசிட்டிருக்காரா...?”

"ஆமாம், மிஸ்டர் விவேக்... ஸீ தட் கிளாஸ் டோர்..." எதிர்ப்புறமாகக் கையை நீட்டியபடி ஷர்மா சொல்ல விவேக்கும், கோகுல்நாத்தும் திரும்பிப் பார்த்தார்கள்.

அறையை அழகாக வெட்டிய கண்ணாடிச் சுவருக்குப் பின்னால் கையில் ரிஸீவரோடு விமல்நாத் மங்கலாய்த் தெரிந்தார். அங்கிருந்தபடியே கையை ஆட்டினார்.

விவேக் ரிஸப்ஷன் கவுண்ட்டரை நோக்கி ஓடினான்.

ஒரு மூன்று நாடி சரீர மனிதருக்குப் பிளைட்டைப் பற்றி எதையோ விளக்கமாய்ச் சொல்லிக்கொண்டிருந்த அந்த ரிஸப்ஷனிஸ்ட் கேர்ள் அவனை அழகாய் ஏறிட்டாள். "ஓ...! யூ...! குட்மார்னிங் மிஸ்டர் வைகுண்டராமன்..." ரொம்பவும் அழகாய் வியந்தாள்.

"வெரிவெரி குட்மார்னிங்... மே ஐ யூஸ் திஸ் போன்...?"

"ஓ... யூ... கேன்..."

ரிஸீவரை வாரியெடுத்தான் விவேக், டயலில் 100-ஐத் திருப்பினான்.

அவசரப் போலீஸ் கிடைத்தது. வார்த்தைகளைச் சடசடவென்று பொரிந்தான். "ஐயாம் விவேக்... போலீஸ்... அங்கே பேசறது யாராயிருந்தாலும் சரி... உடனடியாக ஜஹாங்கீர் சதுக்கம் போலீஸ் ஸ்டேஷனுக்கு இந்தச் செய்தியை அனுப்புங்க... ஜஹாங்கீர் சதுக்க டெலிபோன் பூத்தில் இந்த நிமிஷம் பேசுகிற நபர் யாராய் இருந்தாலும் சரி... பிடிச்சு வைக்கும்படியா மெஸேஜ் அனுப்புங்க... திஸ் ஈஸ் இம்பார்ட்டெண்ட்..."

மறுமுனை விவேக்கின் வார்த்தைகளை அட்சரம் பிசகாமல் ஜீரணித்துக் கொண்டது.

விவேக் தொடர்ந்தான்: "அவனைப் பிடிச்சதும் உடனடியாகப் பாலம் ஏர்போர்ட்டுக்குப் போன் பண்ணி எனக்குத் தெரியப்படுத்தும்படி சொல்லுங்க..."

"எஸ்... ஸார்..."

ரிஸீவரை வைத்தான் விவேக். தலையை உயர்த்தினான்.

விஷயம் வெகு ஸீரியஸ் என்பதை அதற்குள் உணர்ந்துகொண்ட ரிசப்ஷனிஸ்ட் கேர்ள் லேசாய் முகம் மாறியிருந்தாள். அவளுடைய ரெடிமேட் புன்னகைகூட அடிபட்டிருந்தது.

"வாட் ஈஸ் த ப்ராப்ளம் ஸார்?" அவள் கேட்க...

"ஸாரி!" என்றான் விவேக். "சொல்லுவதற்கில்லை பட்... ஒன்று மட்டும் நிச்சயம். திஸ் ஈஸ் எ ப்ராப்ளம் சால்வபள் ப்ராப்ளம்... யூ டோண்ட் ஒர்ரி... நீங்க மறுபடியும் ஸ்மைல் பண்ண ஆரம்பிக்கலாம். இந்தப் பாசஞ்சர் உங்க புன்னகைக்காக ரொம்ப நேரமாய் வெயிட் பண்ணிட்டிருக்கார்..." விவேக் சொல்லிக்கொண்டே நகர்ந்தான்.

ஷர்மாவையும், கோகுல்நாத்தையும் நெருங்கினான். கோகுல்நாத் கேட்டார்: "தகவல் கொடுத்துட்டீங்களா விவேக்...?"

"ம்... கொடுத்துட்டேன்... மாட்டிக்குவான்... இன்னிக்கு காலையிலிருந்து இது ரெண்டாவது பட்சி. விமல்நாத் இன்னமும் பேசிட்டுத்தானே இருக்கார்?"

திரும்பிக் கண்ணாடிச் சுவரைப் பார்த்தான் விவேக்.

விமல்நாத் பேசிக்கொண்டிருந்தார். அங்கிருந்தே கையை ஆட்டி ஏதோ சைகை செய்தார். "கேப்டன் என்னமோ சொல்றார் மிஸ்டர் விவேக்... ஷல் வி மூவ் டு தட் ரூம்...?" ஷர்மா கேட்க, தலையாட்டினான் விவேக்.

மூவரும் நிதானமாய் நடந்துபோய்க் கண்ணாடிக் கதவைத் திறந்துகொண்டு உள்ளே நுழைந்தார்கள்: விமல்நாத் பேசிக் கொண்டிருந்தார். போலியான உற்சாகத்தோடு.

"எஸ்... இன்னிக்கு பிளைட்டைக் கான்சல் பண்ணிடப் போறோம்..."

"....."

“இந்த அபாயகரமான விஷயத்தை முதலிலேயே தெரியப்படுத்தினதுக்கு என்னோட நன்றி...”

“.....”

“எஸ்... எஸ்... நிச்சயமாய்...”

விமல்நாத் பேசிக்கொண்டே விவேக்கைத் திரும்பிப் பார்த்தார்.

விவேக் மெல்லிய குரலில் சொன்னான்: “கேட்டன்... நீங்க தொடர்ந்து பேசிட்டிருங்க. போலீசுக்கு இன்ஃபார்ம் பண்ணிட்டேன்... இந்நேரம் ஸ்பாட்டுக்குப் போயிட்டிருப்பாங்க... ம்... பேசுங்க... எதையாவது பேசுங்க... அவனை ரிஸீவரை வைக்க விடாதீங்க...”

கோகுல்நாத், ஷர்மா இருவரும் விமல்நாத்தின் அருகே நின்றுகொள்ள விமல்நாத் தொடர்ந்து பேச ஆரம்பித்தார்.

விவேக் உன்னிப்பாகக் கவனிக்க ஆரம்பித்தான்.

ஜஹாங்கீர் சதுக்கம்.

நூறு அடி அகலமுள்ள ரோடுகள் நான்கு திசைகளிலிருந்தும் வேகமாய் ஓடிவர அந்தச் சதுக்கம் பிறந்திருந்தது.

கூட்டம், எந்நேரமும் ஜனக்கூட்டம். கசகசவென்ற ஜனக்கூட்டம்.

காரணம்? டெல்லி சிட்டி பஸ் டெர்மினஸும், நான்கைந்து சினிமா தியேட்டர்களும் அந்தச் சதுக்கத்தின் வயிற்றில் அடைபட்டிருந்தன. சதுக்கத்தைச் சுற்றிலும் நின்றிருந்த ராட்சத சினிமா பேனர்களுக்கு மத்தியில் வாஜ்பேயி கையை உயர்த்திக்கொண்டு ஆவேசமாய் நின்றிருக்க, அதற்குக் கீழே இந்தியில், ராம்லீலா மைதானத்தில் வாஜ்பேயி பேசுகிறார்! என்ற அறிவிப்புத் தெரிந்தது. ஜனங்கள் அதைச் சட்டைசெய்யாமல் கோலாப்புரி பத்மினியின் கட் அவுட்டை இமைக்காமல் பார்த்துக் கொண்டிருந்தார்கள்.

அலறும் ஹாரன்களோடு சிட்டி பஸ்கள் ஏராளமாய் நெளிந்து கொண்டிருக்க,

தொலை தூர ஆபீஸ் போகிறவர்கள் சரியான பஸ்களைத் தேடிக்கொண்டு ஓட - காய்கறி, பால் கேன்களை ஏற்றிக்கொண்ட கைவண்டிக்காரர்கள் ‘பூடே சரக்... பூடே சரக்’ என்று குரல் கொடுக்க,

இத்தனை அமளிகளுக்கு நடுவே, அந்தப் போலீஸ் வேன் மௌனமாய் வந்து நின்றது.

வேனின் முன்புறச் சீட்டில் உட்கார்ந்திருந்த இன்ஸ்பெக்டர் நீலேஸ் கதவைத் திறந்துகொண்டு கீழே குதித்தார். சதுக்கத்தின் வடக்குத்திசை ரோட்டை நோக்கி ஓடினார்.

ரோட்டின் வளைவான பகுதிக்குச் சற்றுத் தள்ளி அந்த டெலிபோன் பூத் நின்றிருக்க, ஆர்வமாய் ஓடினார் நீலேஸ். பின்னாலேயே நான்கைந்து கான்ஸ்டபிள்கள் டெலிபோன் பூத்தை நெருங்கி - கதவைப்பற்றி இழுத்தார்.

உள்ளே, யாரும் இல்லை!

நீலேஸ் திகைத்துப்போய் சுற்றுமுற்றும் பார்த்தார். கல்லூரி மாணவிகள் போல் தெரிந்த இரண்டு பெண்கள் மட்டும் டெலிபோன் பூத்துக்குப் பக்கத்தில் நின்றிருந்தார்கள் - பஸ்ஸுக்காக! அவர்களை நெருங்கினார் இன்ஸ்பெக்டர் நீலேஸ், கேட்டார்.

“கொஞ்ச நேரத்துக்கு முன்னாடி இந்த டெலிபோன் பூத்திலிருந்து யாராவது பேசினாங்களா...?”

முகத்தில் ஏற்பட்ட பருக்களோடு தெரிந்த அந்தப் பெண்களில் ஒருத்தி சட்டென்று திரும்பினாள். நீலேஸை ஏறிட்டபடி சொன்னாள். “எஸ்... ஸார்... இப்பத்தான். ரெண்டு நிமிஷத்துக்கு முன்னாடி ஒருத்தர் டெலிபோன் பக்கத்திலிருந்து, வெளியேறிப் போனார்...”

“ஆள் எப்படியிருந்தார்...?”

“கூலிங்கிளாஸ் போட்டுக்கிட்டு உயரமாயிருந்தார்.”

“வயசு எவ்வளவு இருக்கும்?”

“ஐ ஹேவ் நோ ஐடியா ஸார்.”

“அணிந்திருந்த பேண்ட்டும் சர்ட்டும் என்ன கலர்?”

பக்கத்தில் நின்றிருந்த இன்னொருத்தி சட்டென்று சொன்னாள். “வெள்ளை சர்ட்டும், பிரவுன் கலர் பேண்ட்டும்.”

“நடந்து போனாரா? இல்லை...?”

“காரில் ஏறிப் போனார்...”

நீலேஸ் சட்டென்று பரபரப்பானார். “காரா?”

“எஸ்... ஸார்... கார்தான்... கிரே கலர் கார்... பூத்திலிருந்து அவசரமாய் ஓடிப்போய் அந்தக் காரில் ஏறினார். அவரே வேகமா ஓட்டிக்கிட்டுப் போனார்.”

“கார் என்ன கார்? ஃபியட்டா? அம்பாஸிடரா...?”

“கவனிக்கவில்லை!”

“நம்பர்?”

“ஸாரி ஸார். பார்க்கவில்லை.”

நீலேஸ் நெற்றியைத் தட்டிக்கொண்டு யோசித்தபடி நிற்க, அந்த ஜஹாங்கீர் சதுக்கத்து ஜனக்கும்பல் அவரைக் சுற்றிக் குழும ஆரம்பித்தது. தானாகவே ஊகங்களைக் கற்பனை செய்துகொள்ள ஆரம்பித்து நிமிஷ நேரத்தில் அதை மற்றவர்களுக்குப் பரப்பியது.

“அந்த ரெண்டு பெண்களையும் எவனோ கடத்தப் பார்த்தானாம்... அதான் போலீஸ் வந்திருக்கு...”

“விஷயம் அதில்லை. அந்த ரெண்டு பெண்களுக்கும் தொழில் பிக்பாக்கெட் அடிக்கிறதுதானாம். இன்னிக்குப் போலீஸ் கையில வசமா மாட்டிக்கிட்டாங்க.”

இன்ஸ்பெக்டர் நீலேஸ் அந்த டெலிபோன் பூத்துக்குள் நுழைந்தார். கதவைத் தாழிட்டுக்கொண்டு ஏர்போர்ட்டுக்கு டயலைச் சுழற்றினார்.

ரிஸீவரைக் கீழே வைத்தான் விவேக்.

விமல்நாத், ஷர்மா, கோகுல்நாத் மூவரும் விவேக்கையே பார்த்தார்கள். விவேக் கன்னத்தைத் தேய்த்துக்கொண்டே சொன்னான்:

"தப்பிச்சுட்டான்... எப்படியோ அவனைப் பிடிக்கப் போறோம்ங்கிற விஷயத்தைப் புரிஞ்சுக்கிட்டான். கிரே கலர் கார்லே வந்திருக்கான். கூலிங்கிளாஸ் போட்டுகிட்டு உயரமா இருந்தானாம்... இந்த அடையாளங்களை வெச்சுக்கிட்டு ஒருத்தனை டில்லியில் தேட முடியுமா?"

ஷர்மா கவலையோடு விவேக்கை நெருங்கினார்.

"மிஸ்டர் விவேக்... இப்போ என்ன செய்யலாம்...? பிளைட்டில் டைனமைட் இருக்குன்னு அவன் சொன்னதை நாம உதாசீனப்படுத்த முடியாது..."

"ஐ அக்ரி வித் யூ மிஸ்டர் ஷர்மா. பிளைட்டைத் துல்லியமா அலசிடலாம். செக்யூரிட்டியை பிளைட்டுக்குப் போகச் சொல்லுங்க. நிதானமா தேடச் சொல்லுங்க. டைனமைட் கிடைக்கிறவரை பிளைட்டைப் பறக்க விடறதில்லை." - விவேக் சொன்னான்.

ஷர்மா சுறுசுறுத்தார். தொங்கிய மைக்ரோபோனில் கரகரத்தார்.

"ஸ்டுவார்ட்ஸ்... ரஷ் டு த பிளைட் 376. டைனமைட் சஷ்பீஷியன்... தரோவ்லி செக் ஹர்... டேக் யுவர் ஓன் டைம்..." பேசிவிட்டு மறுபடியும் மைக்ரோபோனைக் காற்றில் ஊசலாடவிட்டார் ஷர்மா. விமல்நாத் கண்ட்ரோல் டவரைவிட்டு வெளியே வர விவேக் அவரைப் பின்தொடர்ந்தான்.

"கேப்டன்... உங்களுக்கு இந்த வெடிகுண்டு போன்கால் எப்போ வந்தது?" விமல்நாத் தன் பிளைட்டை நோக்கி நடந்தபடியே சொன்னார்:

"காலையில் ஆறரை மணிக்கு..."

"பிளைட்டில் வெடிகுண்டு கிடைக்காம போனா நீங்க என்ன பண்ணப்போறீங்க?"

"நான் பிளைட்டை இயக்கறதா முடிவு பண்ணிட்டேன்... ஆனா இந்தத் தடவை நிச்சயமா டைனமைட் கிடைச்சுடும்... எனக்கு நம்பிக்கை இருக்கு மிஸ்டர் விவேக்."

லௌஞ்சில் இறங்கி தடை செய்யப்பட்ட ஏரியாவுக்குள் நுழைந்தார்கள். மாஸ் ஏர்லைன்ஸ் விமானம் ஒன்றுக்கு கால்டெக்ஸ் லாரி பெட்ரோல் ஊட்டிக் கொண்டிருக்க - பிளைட் 376 ராட்சசத் தன்மையாய் நின்று கொண்டிருந்தது. செக்யூரிட்டி படையினர் அதை மேய்ந்து கொண்டிருந்தார்கள். 376ன் உடம்பைத் தடவிக் கொண்டிருந்தார்கள். அதன் அந்தரங்கங்களைக் குடைந்து கொண்டிருந்தார்கள்.

விவேக் மெல்லச் சிரித்தான். "கேட்டன்... மறைஞ்சு நிற்கிற எதிரிகள் நம்மைவிடப் புத்திசாலிகள். எப்படியோ இந்த ஏர்போர்ட்டில் ஊடுருவியிருக்கிறார்கள். 376 பிளைட்டில் நுழைந்து டைனமைட்டைப் பதுக்கியிருக்கிறார்கள். அவர்களை அப்ரிஷியேட் பண்ணணும்..."

விமல்நாத் ஒருவிதப் பயத்தோடு புன்னகைத்தபடி பிளைட்டைச் சுற்றி வந்தார். கல்கண்டுத் துண்டத்தை எறும்புகள் மொய்ப்பதுபோல் செக்யூரிட்டி ஆட்கள் 376-ஐ மொய்த்துக் கொண்டிருக்க, தீயணைக்கும் வேன்கள் சற்று தூரத்தில் எச்சரிக்கையோடு நிறுத்தப்பட்டிருந்தன.

நடந்து கொண்டிருந்த விமல்நாத் சட்டென்று நின்றார். பின்னால் வந்து கொண்டிருந்த விவேக்கைக் கேட்டார், "ரீடாவோட பாடி இன்னமும் ஆஸ்பத்திரியிலா இருக்கிறது மிஸ்டர் விவேக்?"

"மிஸ்டர் ஜோயல் ரீடாவோட பாடியை வாங்கிட்டுப் போயிருப்பார்ன்னு நினைக்கிறேன்... அவர் அடக்கம் பண்றதா சொல்லிட்டார்..."

விமல்நாத் நீண்ட பெருமூச்சொன்றை விட்டார். தளர்ந்துபோன பேண்ட்டையும், பெல்ட்டையும் மேலே ஏற்றிக்கொண்டார்... "மே ஹர் ஸோல் ரெஸ்ட் இன் பீஸ்!" - வாய்விட்டு முனகினார்.

அதே நேரம்,

செக்யூரிட்டி சீஃப் ஆபீஸர் தத்தா 376 பிளைட்டின் காக்பிட்டிலிருந்து கத்தினார்... "காட்... இட்... காட்... இட்... ஹியர் இட் ஈஸ்..."

விவேக்கும், விமல்நாத்தும் ஒருவரையொருவர் பார்த்துக்கொண்டார்கள். சரேலென ஏணிப்படிகளில் தாவி ஏறினார்கள். 376-ன் வயிற்றுக்குள் நுழைந்து காக்பிட்டைத் தொட்டார்கள்.

செக்யூரிட்டி ஆபீஸர் தத்தா வியர்த்துப்போய் நின்றிருந்தார்.

"மிஸ்டர் தத்தா...!" விமல்நாத் - அவருடைய தோளைத் தொட்டார்.

ஆபீசர் தத்தா கண்ட்ரோல் கலத்துக்குக் கீழே நடுங்கியபடி கையைக் காட்டினார்.

விவேக்கும், விமல்நாத்தும் அவர் கையை நீட்டிய பக்கமாய்ப் பார்க்க அதிர்ந்தார்கள்.

வெளிர் பாசி நிறத்தில் ஒரு கோழி முட்டையளவே உள்ள டைனமைட் அந்த யூ வடிவ கண்ட்ரோல் கலத்துக்கு நேர் கீழே இருந்த குழிவான பகுதியில் புதைக்கப்பட்டு, வெடித்துச் சிதறுவதற்காகக் காத்திருந்தது.

14

ஜோயல் முழந்தாளிட்டு மண்டியிட்டான்.

கண்களில் நீர் பனிக்க நெஞ்சில் சிலுவைக் குறியிட்டான். “எம்மை ரட்சிக்கிற பரமபிதாவே! உமது தூய திருவடிகளில் அடைக்கலமாகிவிட்ட எனது சகோதரியின் பாவ நடத்தைகளுக்காக உம்மிடம் நான் மன்றாடி மன்னிப்புக் கோருகிறேன். ஆண்டவரே! அவளை உம் திருச்சபையில் சேர்த்துக்கொள்ள உம்மைக் கோருகிறேன். மேலும் அவளுடைய ஆத்மா சாந்தியுறவும்...”

தொடர்ந்து ஜோயல் நா தழுதழுக்கப் பிரார்த்தித்தான்.

இடம்: தாமஸ் சர்ச். வெயில் அடிக்கிற காலை வேளை. ரீடாவின் சவப்பெட்டி சர்ச்சுக்கு முன்புறம் இருந்த மணல்வெளியில் வைக்கப்பட்டு ஃபாதர் சவுரிமுத்துவின் முன்னிலையில் மோட்சக் கோரிக்கை நிகழ்ந்து கொண்டிருந்தது. ஜோயலின் நண்பர்களும், ஓட்டல் நீடோஸ் ஊழியர்களும் மௌனமாய்ப் பரவியிருந்தார்கள்.

சர்ச்சின் உச்சியில் இருந்த மணி ஒருவித சோகத் தன்மையோடு ஒலித்துக் கொண்டிருக்க, போஸ்ட்மார்ட்டத்தில் மண்டை உடைபட்ட ரீடா, மல்லிகைப் பூக்களில் சலனமற்றுக் கிடந்தாள். சவப்பெட்டி அவளுடைய உடம்பு பூராவையும் மூடிவிட்டு தலையை மட்டும் வெளியே காட்டிக் கொண்டிருந்தது. ஃபாதர் சவுரிமுத்து கைக்கு அடக்கமான பைபிளில் இருந்து சுவிசேஷம் வாசித்துக் கொண்டிருந்தார்.

“உடலைப் பூமிக்குச் சொந்தமாக்கிவிட்டுத் தேவ தூதனாக உன்னைத் தேடி ஆத்மாவை சொந்தமாக்க வரும் உமது குழந்தைக்கு உமது திருச்சபையில் இடமளிப்பீராக... எந்த விதமான பாவங்களுக்கும் உம்மிடம் மன்னிப்புக் கிடைக்கும் என்னும் நம்பிக்கையோடு... உம்மைத் தேடி வரும் ஆத்மாவுக்கு ஆத்ம சுகம் அளிப்பீராக...”

சுவிசேஷத்தை நிறுத்தினார் ஃபாதர்.

ஒருவர் மெல்ல நடந்து சென்று ரீடாவின் முகத்தை மரத் தடுப்பால் மூடினார். பெட்டியின் மேல்மூடியைச் சரிவரப் பொருத்தி ஆணியடிக்க ஆரம்பித்தபோது, ஜோயலால் தாங்கிக்கொள்ள முடியவில்லை.

“ரீடா ரீடா...” சவப்பெட்டியின் மேல் கவிழ்ந்து ஒரு சின்னக் குழந்தைபோல் விசும்ப ஆரம்பித்தான்.

ஜோயலின் நண்பர்களில் ஒருவன் ஜோயலின் தோளைத் தட்டினான். “ஜோயல்... ப்ளீஸ் கெட் அப்... டோண்ட் வீப்...” ஜோயல் பொங்கிவந்த அழுகையைச் சிரமப்பட்டு அடக்கினான். கைக்குட்டையால் கண்களை ஒற்றியெடுத்தவன் மனசுக்குள் வன்மமாகச் சொல்லிக்கொண்டான்.

‘ரீடா! உன்னை இந்த நிலைமைக்குக் கொண்டு வந்தவனையும் இதே நிலைமைக்கு நான் கொண்டு வராவிட்டால் என் பெயர் ஜோயல் இல்லை...’

சர்ச் மணி வேகமாய் ஒலிக்க ஆரம்பித்தது.

ரீடா புறப்பட ஆரம்பித்தாள்.

பாலம் விமான நிலையம் நிம்மதியாய்ப் பெருமூச்சு விட்டது.

கண்ட்ரோல் டவர் ஆபீஸர் ஷர்மாவின் முகத்தில் பழைய உற்சாகம் தொற்றிக்கொண்டது. விமல்நாத்தின் இதயம் நார்மலாய் ‘லப் டப் லப் டப்’ என்றது. விவேக்கும், கோகுல்நாத்தும் ப்ரொகிபிட்டட் எல்லையைக் கடந்துபோய் சிகரெட் புகையில் நீந்த ஆரம்பித்தனர்.

"அப்பாடி! ஒரு தலைவலி விட்டது. எப்படியோ டைனமைட்டை ட்ரேஸ் பண்ணிட்டாங்க..." கோகுல்நாத் சொல்ல,

தலையை மட்டும் ஆட்டி ஆமோதித்தான் விவேக். "செக்யூரிட்டி ஆபீஸர் தத்தா ரொம்பவும் சாமர்த்தியமாய் ட்ரேஸ் பண்ணியிருக்கார். டைனமைட்டைப் பதுக்கியவன் ரொம்பவும் புத்திசாலித்தனத்தோடு கண்ட்ரோல் கலத்தைத் தேர்ந்தெடுத்திருக்கான். டைனமைட் வெடிச்சா விமானம் நிச்சயமாக ஆயிரம் பீஸா மாறியிருக்கும்..."

"டைனமைட்டைச் சோதனைக்கு அனுப்பிட்டாங்களா?"

"அப்பவே..."

"வாங்க விவேக்... விமல்நாத்கிட்டே சொல்லிட்டு ஹாஸ்பிடல் போகலாம்...? ரீடாவோட போஸ்ட்மார்ட்டம் இந்நேரம் முடிஞ்சிருக்கும். ரிப்போர்ட் தயாராயிருக்கும்."

டாக்யார்டை நோக்கி நடந்தான் விவேக்... "ரீடாவின் போஸ்ட்மார்ட்டம் ரிப்போர்ட் புதுசா ஒண்ணையும் சொல்லிடப் போறதில்லை மிஸ்டர் கோகுல்நாத். கத்தியால் குத்தப்பட்டு மரணம் சம்பவித்திருக்கிறது. உயிர் பலாத்காரமாய்ப் பறிக்கப்பட்டிருக்கிறது. கல்லீரலும், சிறுகுடலும் அறுபட்டதால் உடனே மரணம்... ஃபார்மலான போஸ்ட்மார்ட்டம் ரிப்போர்ட்டில் ரீடாவோட ரிப்போர்ட்டும் ஒண்ணு."

டாக்யார்டில் நின்றிருந்த பைலட் விமல்நாத்தும் உதவி பைலட் ஜவகரும் விவேக்கைப் பார்த்துச் சந்தோஷமாய்க் கையசைத்தார்கள்.

"வாங்க விவேக்!"

"கேப்டன் நாங்க புறப்படறோம். ஹாஸ்பிடல் போகணும்."

"பிளைட்டை அனுப்பிச்சுட்டு போங்களேன் மிஸ்டர் விவேக்."

“ஸாரி கேப்டன். நேரமில்லை. கண்டோன்மெண்ட்டுக்குப் போய் ஜோயலை மீட் பண்ணணும். அப்புறம் போலீஸ் ஸ்டேஷனில் லாக்அப்பில் இருக்கிற அந்த நீலச்சட்டைக்காரனை விசாரிக்கணும்... இன்னும் இரண்டு நாள்லே இந்தக் கேஸை முடிச்சுட்டு நாங்க பம்பாய் புறப்படணும்... இல்லாமேபோனா மிஸ்டர் கோகுல்நாத்தோட ஒய்ஃப் என்னைத் திட்ட ஆரம்பிச்சுடுவாங்க...”

மூவரும் சிரித்தார்கள்.

வெள்ளுடை அணிந்த விமான நிலைய சிப்பந்தி ஒருவன் வேகமாய் விமல்நாத்தை அணுக... சட்டென்று சிரிப்பை நிறுத்தினார்கள்.

“கேப்டன் உங்களுக்குப் போன்...”

விமல்நாத் சட்டென்று விவேக்கைப் பார்த்தார்.

“ம் போங்க கேப்டன்...”

“ப்ளீஸ் விவேக்! நீங்களும் வாங்க... சப்போஸ் ஹி மே பி...”

“சரி வாங்க...”

விவேக் அவருடன் வேகமாய் நடந்தான். கண்ட்ரோல் டவருக்கு எதிரே இருந்த அறைக்குள் நுழைந்தார்கள். ரிஸீவர், டெலிபோன் டயலை விவாகரத்துச் செய்துவிட்டுத் தனியாய் மல்லாந்திருந்தது.

விமல்நாத் தயக்கத்தோடு ரிஸீவரை எடுத்தார்.

“ஹலோ!”

“ஹலோ! கேப்டனா? என்னுடைய ஆழ்ந்த அனுதாபங்கள் கேப்டன் ஸார்! நான் ஜஹாங்கீர் சதுக்க டெலிபோன் பூத்திலிருந்து பேசறதை ட்ரேஸ் பண்ணி என்னைப் பிடிக்கப் போலீஸை அனுப்பியிருந்தீங்க. நான் தப்பிச்சுட்டேன். இப்போ நான் எங்கிருந்து பேசறேன் தெரியுமா கேப்டன்? கன்னாட் பிளேஸ் எக்ஸ்டென்ஷன்

சென்டர்லேயிருந்து பேசறேன். போலீசுக்கு இன்ஃபார்ம் பண்ணிடுங்க. குயிக்...”

விமல்நாத், கர்ஜித்தார்: “யூ டாமிட்...”

“கோபப்படாதீங்க கேப்டன்! பிளைட்டைக் கேன்சல் பண்ணிட்டீங்களா?”

“முட்டாள் நீ வெச்ச டைனமைட்டை ட்ரேஸ் பண்ணிட்டோம்...”

“ரியலி?” அவன் அதிர்வது தெரிந்தது.

“உனக்குச் சந்தேகம் இருந்தா வந்து பார்...”

“சும்மா சொல்லக்கூடாது கேப்டன்... உங்க ஏர்போர்ட் செக்யூரிட்டி ஆட்கள் திறமைசாலிங்க...”

“உன்னோட சர்டிபிகேட் அவசியமில்லை... போனை வைய்யிடா கீழே...”

விமல்நாத் ஆத்திரத்தோடு கத்த,

“வெச்சுடறேன் கேப்டன் சார்...” மறுமுனையில் இருந்த அவன் போலி பயத்தோடு கூறிக்கொண்டே ரிஸீவரை ‘டொக்’ என்று வைத்தான்.

லாக்கப்பில் இருந்த அந்த நீலச்சட்டைக்காரனையே பார்த்துக் கொண்டிருந்த இன்ஸ்பெக்டர் தனக்குப் பின்னால் எழுந்த வளையல் ஓசை கேட்டுச் சட்டென்று திரும்பினார்.

அவள் நின்றிருந்தாள்.

கண்களை மறைத்த கூலிங்கிளாஸ். இடது கையில் சின்னதாய் லேடீஸ் குடை, வலது கையில் டம்பப் பை, உதட்டில் புன்னகை, முகத்தில் அழகு, நுனி நாக்கில் சரளமான ஆங்கிலம்.

“குட்மார்னிங் இன்ஸ்பெக்டர்...” குரலில் தேனும் தினைமாவுமாய்.

“குட்மார்னிங் மேடம்.” இன்ஸ்பெக்டர் பிரகாசமானார்.

“ஒரு ரிப்போர்ட் தரவேண்டும்.”

“ப்ளீஸ் முதல்ல உட்காருங்க.” அவள் துணிந்து நாற்காலியில் ஒயிலாய் உட்கார்ந்தாள். கோல்ட் மொஹரின் சென்ட். போலீஸ் ஸ்டேஷன் சூழ்நிலையையே மாற்றியது. குடையையும் டம்பப் பையையும் மேஜைமீது வைத்து விட்டு முழங்கைகளை ஊன்றிக் கொண்டாள். லிப்ஸ்டிக் பூசிய உதடுகளை ஈரப்படுத்திக்கொண்டு பேச ஆரம்பித்தாள்.

“இன்ஸ்பெக்டர்... ஐயம் சுஷ்மா... நானும், என்னோட கணவரும் எல்பின்ஸ்டன்லே அவுட்டில் இருக்கிறோம். அவருக்கு மினிஸ்ட்டிரியில் செக்ரட்டரி போஸ்ட். நானும் ஒரு ஃபாரின் கம்பெனியில் ஸ்டெனோவாக இருக்கேன். ப்ராப்ளம் இதுதான். நாங்க குடியிருக்கிற லே-அவுட்டில் திருட்டுப் பயம் அதிகமா இருக்கு. நேத்தைக்கு ராத்திரி எங்க ஃபிளாட் காம்பௌண்ட் சுவரேறி ஒருத்தன் குதிச்சான். நான் சத்தம் போட்டேன். ஓடிட்டான். எங்க லே-அவுட்டிலே போலீஸ் ஸ்டேஷன் கிடையாது. ஒரு போலீஸ் கான்ஸ்டப்பிள்கூட அந்தப்பக்கம் பாரா வர்றது கிடையாது. அந்த ஏரியாவுக்கு இம்மீடியட்டா ரெண்டு ‘காப்’ஸை அனுப்பணும்.”

அவள் பேசுவதையே உன்னிப்பாய்க் கேட்டுக் கொண்டிருந்த இன்ஸ்பெக்டர் மெல்லப் புன்னகைத்தார். “இதுதான் உங்க புகாரா?”

“எஸ்.”

“அப்போ இந்த பேப்பர்லே விளக்கமா எழுதிக் கொடுத்துட்டுப் போங்க. இன்னிக்கு ராத்திரி காப்ஸை அனுப்பறேன்.”

“தேங்க்யூ இன்ஸ்பெக்டர்.”

அவள் டம்பப் பையைத் திறந்து வைத்துக்கொண்டு பேனாவைத் தேடினாள்.

“குட் யூ கிவ் எ ஒயிட் பேப்பர்.”

இன்ஸ்பெக்டர் கீழே குனிந்து மேஜையின் இழுப்பறையைத் திறந்து பேப்பரைத் தேடிக்கொண்டிருந்த அதே வினாடி....

அவளுடைய கைகள் மின்னல் வேகத்தில் இயங்கின.

டம்பப் பையில் இருந்த அந்தச் சிவப்பான சிறிய மாத்திரையை எடுத்து நீலச்சட்டைக்காரன் இருந்த லாக்அப்பை நோக்கி வீசினாள்.

பிளைட் 376 புறப்படத் தயாரானது.

ஏர்போர்ட் லெளஞ்சில் இருந்த ஸ்பீக்கர் - அனௌன்சிங் கேர்ளின் சாக்லெட் குரலை வாங்கி மெலிதாய்க் காற்றில் சிதறடித்தது.

"மெட்ராஸ் பம்பாய் செல்லும் பயணிகள் பிளைட் 376 இல் சென்று அமரும்படி கேட்டுக்கொள்ளப்படுகிறார்கள். பிளைட் புறப்படக் காலதாமதமானது குறித்து நிர்வாகம் தனது வருத்தத்தைத் தெரிவித்துக் கொள்ளுகிறது."

பிரயாணிகள் விமானத்தை நோக்கி நடக்க முற்பட்டனர். பைலட் விமல்நாத் காக்பிட்டின் முட்டை வடிவக் கண்ணாடி வழியே வெளியே பார்த்தபடி உதவி பைலட் ஜவகரைக் கேட்டார். "ஜவகர் இந்த டைனமைட் சமாச்சாரம் பாசஞ்சர்ஸ் யாருக்கும் தெரியவில்லையே?"

"இல்லை கேப்டன்."

"தட்ஸ் குட். தெரிந்தால் வீணாகக் கலவரப்படுவார்கள்."

விமல்நாத் பேசிக் கொண்டிருக்கும்போதே காக்பிட் ரேடியோ கரகரத்தது. தொடர்ந்து கண்ட்ரோல் டவரிலிருந்து ஷர்மாவின் குரல் கேட்டது. "திஸ் ஈஸ் டில்லி கண்ட்ரோல் டவர். பிளைட் நெம்பர் த்ரி செவன் சிக்ஸ் கேப்டன் விமல்நாத்."

"எஸ் மிஸ்டர் ஷர்மா."

"சூட்டபிள் வெதர் பார் பிளைட் நெம்பர் த்ரீ செவன் சிக்ஸ்! வானம் சுத்தம். காற்று சரளம். ஏர்பாக்கெட்டுக்கள் இருக்க வாய்ப்பில்லை."

"தேங்க் யூ."

பிளைட்டின் இடுப்புப் பகுதிகளில் இருந்த ஏணிப்படிகள் இப்போது நகர்ந்துகொள்ள, விமானத்தின் கதவு சாத்தப்பட்டது. அதே நேரம்,

விமானத்தின் முன்புற விசிறி உறும ஆரம்பித்தது. ஊஊஊய்ய்ய்... ஜவகர் கண்ட்ரோல் கலத்தைக் கையாள ஆரம்பிக்க, விமல்நாத் ஜைரோகாம்ப்க்ஸை அசைத்தார். தலையில் மாட்டியிருந்த ஹெட்போனின் சிறிய மைக்ரோபோனில் கண்ட்ரோல் டவரைக் கூப்பிட்டார்.

“டில்லி கண்ட்ரோல் டவர்? திஸ் ஈஸ் த்ரி செவன் சிக்ஸ், ரிக்வெஸ்ட் ஸ்டார்ட் ஆஃப்... கிவ் கிளியரன்ஸ்...”

உத்தரவு கேட்டார் புறப்பட.

“கிளியரன்ஸ் கிவன். டேக் ஆஃப் தி பிளைட்... பிக் அப் த ரன்வே நெம்பர் டூ. ஸ்டார்ட்.”

பிளைட் மூச்சைப் பிடித்துக் கொண்டு ‘குய்ய்ய்ய்ய்க்க்க்க்’கென்று சகலவிதமான விசிறிகளையும் சுழல வைத்தபோது ஐம்பது கெஜ தூரத்தில் இருந்த கோரைப் புற்கள் பேயாட்டம் ஆடின. விமானத்தின் டயர்கள் நகர ஆரம்பித்தன. மெதுவாய் கொஞ்சம்... வேகம்பிடித்து அனாவசியமாய் நீந்திக்கொண்டு டயர்கள் சூடு பறக்க ரன்வேயைத் தேய்த்துக்கொண்டு ஓடி யாரும் எதிர்பார்க்காத ஒரு விநாடியில் வானத்தை நோக்கித் தாவியது.

பம்பாய் கண்ட்ரோல் டவர் மறுபடியும் குழப்பத்தில் விழுந்தது.

எதிரே இருந்த ராடர் திரையில் 376 ஒரு ஒளிப் புள்ளியாய் தெரிய, அதனிடமிருந்து எந்தவிதமான சிக்னலும் வர மறுத்தது.

கண்ட்ரோல் டவர் ஆபீஸர்கள் முகங்களில் நிஜமாகவே ஈயாட மறுத்தது. இருதயங்கள் தாளம் தப்பித் துடித்தன. சீஃப் ஆபீஸர் சீத்தாராம் தனக்கு முன்னே ஊசலாடிய மைக்ரோபோனில் கத்தினார். “திஸ் ஈஸ் பம்பாய் கண்ட்ரோல் டவர். த்ரி செவன் சிக்ஸ்... வாட் ஈஸ் ராங்?

நோ ரெஸ்பான்ஸ் எனி மே டே?" (மே டே என்கிற விமானச் சங்கேத வார்த்தை விமானம் ஹைஜாக் செய்யப்படும்போது உபயோகிக்கப்படுவது.)

ஆபீசர் சீத்தாராமின் கத்தலுக்கு ஒரு முனகலைக்கூடப் பதிலாகத் தராமல் பிளைட் த்ரி செவன் சிக்ஸ் ஓர் ஒளிப் புள்ளியாய் ஊர்ந்து கொண்டிருந்தது.

'மறுபடியும் என்னவோ நேரப்போகிறது. இந்த பிளைட்டும் நிச்சயமாய், பத்திரமாய் லேண்ட் ஆகப்போவதில்லை. பிளைட் 866-க்கு நேர்ந்த கதி இதற்கும் நேர்ந்துவிடுமோ? நேர வாய்ப்பில்லையே? அதுதான் மறைத்து வைத்திருந்த வெடிகுண்டையும் ட்ரேஸ் பண்ணிட்டாங்களே...!'

தன்னைச் சுற்றிச் சூழ்ந்திருந்த சக ஆபீசர்களைக் கவலையோடு பார்த்தார் சீத்தாராம். "என்ன செய்யலாம்?" பரபரப்பாய்க் கேட்டார்.

"வி ஆர் ஹெல்ப்லஸ் சார்... பிளைட் நல்ல உயரத்தில் இருக்கிறது. இந்த நிமிஷம் அதனுடைய பறக்கும் உயரம் குறைந்திருக்க வேண்டும். குறையவில்லை. உயிரான சமிக்ஞை இல்லை. ஹௌ கேன் வி டேக் திஸ் ப்ராப்ளம்?" சக ஆபீஸர் ஒருத்தர் கேட்டார்.

ஆபீசர் சீத்தாராம் நடு மண்டையை அவஸ்தையோடு கீறிக்கொண்டார். "ஏதாவது செய்யவேண்டும், எதையாவது செய்து பிளைட்டைக் கீழே இறக்கவேண்டும். இந்த பிளைட்டையும் நாம் வெடிக்கவிட்டால் விமான சர்வீஸையே நிறுத்திவிட்டு வீட்டுக்குப் போய்விட வேண்டியது தான்."

மறுபடியும் மைக்ரோபோனில் வயிறு எக்கி முகமெல்லாம் ரத்தமாய்ச் சிவக்கும்படிக் கத்தினார். "திஸ் ஈஸ் பம்பாய் கண்ட்ரோல் டவர்... கேப்டன்? கேப்டன்? வாட் ஈஸ் ராங்? ரெஸ்பான்ட்!"

376 மௌனம் சாதித்தது.

சீத்தாராம் சோர்ந்துபோய் எழுந்தார். உறைந்துபோன பயத்தோடு அருகில் நின்றிருந்த உதவியாளரைக் கேட்டார். "பிளைட் பம்பாயிலிருந்து எத்தனையாவது மைலில் இருக்கிறது என்று பாருங்கள்..."

உதவி ஆபீசர் ஒரு கருவியை உற்றுப் பார்த்துவிட்டுத் திகிலோடு சொன்னார்: "பம்பாய்க்குப் பத்தாவது மைலை நெருங்கிக்கிட்டிருக்கு சார்...!"

15

பம்பாய் கண்ட்ரோல் அறை முழுவதும் ஆபீஸர்கள் அடைந்திருந்தார்கள். ஏரோட்ரோம் ஆபீஸர், கம்யூனிகேஷன் ஆபீஸர், டைரக்டர் ஜெனரல் ஆபீஸிலிருந்து வந்த வழக்கை அதிகாரிகள், ஏர்லைன்ஸ் டிபார்ட்மெண்ட்டைச் சேர்ந்த இன்ஸ்பெக்ஷன் டிபார்ட்மெண்டைச் சேர்ந்த அதிக முக்கியமான புள்ளிகள். ஏறக்குறைய அனைவரது உதடுகளிலும் சிகரெட்டுகள் தொங்க, முகங்களில் கவலை ரேகைகள் ஓடின. பெரிய அதிகாரிகள் பம்மிக் கொண்டிருந்தார்கள்.

ட்ரிப் ஷீட்டை அலசிக்கொண்டிருந்த டிராஃபிக் அஸிஸ்டெண்டின் மேல் சள்ளென்று எரிந்து விழுந்தார்கள். “மொத்தம் எத்தனை பாசஞ்சர்ஸ் மேன்?”

“ஐம்பதே பேர் ஸார்.”

“எனி வி.ஐ.பி?”

“யாரும் இல்லை சார்.”

“பிளைட்டின் என்ட்யூரன்ஸ் நிலைமை எப்படி?”

“டாங்க் ஃபுல் ஸார்.”

“பிளைட்டோட லாஸ்ட் ரிப்போர்ட் என்ன?”

“ஐ.ஏ.எஃப்.ஆர். ஸார்.”

“ஏ.டி.ஸி. ஹெட் குவார்ட்டர்ஸுக்குச் செய்தி போயாகிவிட்டதா?”

“எஸ் ஸார்.”

சம்பாஷணைகள் தொடர்ந்துகொண்டிருக்க, அந்த ஆரஞ்சு வண்ண ரேடார் திரையில் பிளைட் 376 ஒரு வெளிச்சப் புள்ளியாய் ஊர்ந்து, கொண்டிருந்தது. பம்பாய்க்குப் பத்தாவது மைலை நோக்கித் தத்திக் கொண்டிருந்தது.

"என்ன செய்யலாம்? என்ன செய்யலாம்... மிஸ்டர் சீத்தாராம்? பிளைட்டை வெடிக்க விட்டோமானால் நாம் போட்டுக் கொண்டிருக்கிற இந்த யூனிஃபார்முக்கு எந்த சிவிலியனும் மதிப்புத் தரமாட்டான் கொஞ்சம் சேதப்படுத்தியாவது விமானத்தை லேண்ட் பண்ணணும். ஈஸ் தேர் எனி வே டு டூ தட்?" ஏராளமான தொப்பையோடு இருந்த அந்தப் பெரிய அதிகாரி படபடத்தார். அவருடைய மார்பில் அணிந்திருந்த இந்திய சர்க்காரின் மூன்று சிங்கச் சின்னங்கள் அவருடைய ஆவேசத்தில் அசைந்தன.

"ஐயாம் ஸாரி ஸார்! பிளைட்டுக்கு என்ன நேர்ந்திருக்கிறது என்று தெரியாதபட்சத்தில் நாம் என்ன நடவடிக்கை எடுக்க முடியும்? ரேடியோத் தொடர்பு சுத்தமாய் இல்லை. பிளைட் உயரம் இழக்காமல் வேகம் குறையாமல் வருகிறது. பிளைட்டுக்கு வெளியேயும், உள்ளேயும் ஏர் ஃபிரஷர் நிரம்ப வித்தியாசப்படுகிறது."

கண்ட்ரோல் ஆபீஸர் சீத்தாராம் வியர்வை அரும்பச் சொன்னார்.

"ச்சே!" உதடுகளைக் கடித்துக்கொண்டார் ஆபீஸர்.

ராடாரில் வெளிச்சப்புள்ளி வளர்ந்து வளர்ந்து முன்னேற்றம் காட்ட... அனைத்து ஆபீஸர்களின் முகங்களிலும் கிலி பரவியது.

"பிளைட் இப்போது எத்தனையாவது மைலில் இருக்கிறது பார்!" சக ஆபீஸர் ஒருவர் சிக்கலான அந்த மெஷினை இயக்க பத்தாவது மைலுக்கு இன்னமும் 900 அடி என்று அது சிவப்பித்துக் காட்டியது. ஜெயதேவ் இயக்கிய பிளைட்டுக்கு நேர்ந்த கதிதான் இதற்குமா?

800 அடி.

“பிளைட்டை இப்போது அழைத்துப் பாருங்கள். மிஸ்டர் சீத்தாராம்.”

சீத்தாராம் மைக்ரோபோனைப் பிடித்துக்கொண்டு வயிறு எக்கிக் கத்தினார். “ஹலோ! திஸ் இஸ் பாம்பே கண்ட்ரோல் டவர். த்ரீ செவன் சிக்ஸ்!”

பிளைட் மௌனம் சாதித்தது.

600 அடி.

“இனிமேல் பிரயோஜனம் இல்லை ஸார். நடக்கப்போவதை வேடிக்கை பார்ப்பதைத் தவிர வேறு வழியே இல்லை. லெட் அஸ் வெயிட் அண்ட் வாட்ச்...”

500 அடி.

ஆபீஸர்களில் ஒருத்தர் இருமினார்.

400 அடி.

கண்ட்ரோல் ஆபீஸர் மேஜையின் மேல் இரு கைகளையும் ஊன்றிக்கொண்டு தலையை லேசாய்க் கவிழ்த்தபடி விழிகளை மட்டும் உயர்த்தி ராடார் திரையையே பார்த்துக் கொண்டிருந்தார்.

300 அடி.

அறையில் கனத்த மௌனம்.

200 அடி. 150... 125... 100...

எல்லோருடைய இதயங்களும் போர்க்கால முரசுகளாய் மாறின. ததும்... ததும்... ததும்...

50 அடி.

அதுவரைக்கும் ராடார். திரையில் ஊர்ந்து வந்த அந்த வெளிச்சப்புள்ளி சரியாய் பம்பாய்க்குப் பத்தாவது மைலில் ஒளி அணுக்களாய்ச் சிதறியது.

“ஓ! ஹாரிபிள்...”

பிளைட், நெருப்புத் தோரணமாய் வான வீதியில் நீச்சலடித்துக்கொண்டே விழ ஆரம்பித்தது.

கண்டோன்மெண்ட் போலீஸ் ஸ்டேஷன்.

கைகளை உயரத் தூக்கிச் சோம்பல் முறிக்க முயன்ற இன்ஸ்பெக்டர் சைலேஷ், ஸ்டேஷன் வாசலில் வந்து நின்ற டாக்ஸியினின்றும் இறங்கிய விவேக்கையும், கோகுல்நாத்தையும் கண்டதும் சட்டென்று எழுந்தார்.

"வாங்க மிஸ்டர் விவேக், மிஸ்டர் கோகுல்நாத்."

விவேக்கின் முகம் இருட்டு அடித்திருந்தது. நாற்காலியை இழுத்துப் போட்டுக்கொண்டு உட்கார்ந்தான், "இன்ஸ்பெக்டர் உங்களுக்கு விஷயம் தெரியாதென்று நினைக்கிறேன்."

சைலேஷ் நெற்றியைச் சுருக்கினார்.

"என்ன விஷயம் மிஸ்டர் விவேக்?"

"விமல்நாத் போன பிளைட்டும் பம்பாய்க்குப் பத்தாவது மைலில் துல்லியமா வெடிச்சுச் சிதறியிருக்கு. டைனமைட்டை பிளைட்டிலிருந்து ரிமூவ் பண்ணின பிறகும் பிளைட் வெடிச்சிருக்கு. எதிரிகள் சாமான்யப்பட்டவர்களல்ல."

இன்ஸ்பெக்டர் சைலேஷ் முகம் மாறினார்.

"இது எப்படி நேர்ந்திருக்க முடியும் மிஸ்டர் விவேக்?"

"யோசிக்க வேண்டும். நிறைய யோசிக்க வேண்டும். இன்ஸ்பெக்டர்! பை த பை அந்த நீலச்சட்டைக்காரனை மேற்கொண்டு ஏதாவது விசாரித்தீர்களா?"

"இல்லை, நீங்கள் வந்ததும் விசாரிக்கலாமென்று விட்டுவிட்டேன்."

விவேக் நாற்காலியைப் பின்னுக்குத் தள்ளிக்கொண்டு எழுந்தான்.

"இன்ஸ்பெக்டர்! அவனை விசாரிச்சுடலாம். இந்த நிமிஷமே அவனை விசாரிச்சுடலாம். என்னுடைய கையே அவனைப் பேச வைக்கும் பாருங்கள்."

மூவரும் லாக் அப்பை நோக்கி நடந்தார்கள்.

"பிளைட்டில் போன அத்தனை பேருமே இறந்து விட்டார்களா விவேக்?"

"ஒருத்தருமே பிழைக்க சான்ஸ் இல்லை இன்ஸ்பெக்டர். விமானம் உயரம் இழக்காமல் 30,000 அடியிலிருந்து செங்குத்தாய் விழுந்திருக்கிறது."

"நீங்கள் பம்பாய்க்குப் போகிறீர்களா?"

"மத்தியானம் ஒரு மணி பிளைட்டில் நானும், கோகுல்நாத்தும் பம்பாய்க்குப் புறப்பட்டுப் போகிறோம். விபத்து நடந்த இடத்தை அலசினால் ஏதாவது க்ளூ கிடைக்கலாம்..."

"மே பி" என்றார் இன்ஸ்பெக்டர்.

மூவரும் லாக் அப்பை நெருங்கி நின்றார்கள். கம்பிகளின் வழியே பார்வையைப் பாய்ச்சினான் விவேக். லாக் அப்பின் உள்ளே சிமெண்ட் திட்டில் அந்த நீலச்சட்டைக்காரன் தெரிந்தான். முதுகைக் காட்டிக்கொண்டு படுத்திருந்தான்.

"ராஸ்கல்! தூங்கறான்!" சைலேஷ் உறுமினான்.

கான்ஸ்டபிள் லாக் அப்பின் பூட்டைத் திறந்துவிட, கதவு விலகியது.

விவேக் முதல் ஆளாய் உள்ளே நுழைந்தான்.

படுத்திருந்த நீலச்சட்டைக்காரனை நெருங்கி அவனுடைய சட்டைக் காலரைப் பிடித்து தூக்க...

அவனுடைய தலை, அறுந்த கோழியைப்போல் தொங்கியது.

உதட்டோரம் ரத்தம் வழிந்து காதுக்குள் போயிருந்தது.

சட்டையில் திட்டுத்திட்டாய் ரத்தக் கறைகள்.

மூவரும் முகம் மாறினார்கள். விவேக் மண்டியிட்டு அவசர அவசரமாய் உட்கார்ந்தான். கத்தினான்.

"இன்ஸ்பெக்டர் என்னாயிற்று இவனுக்கு?"

சைலேஷ் படபடத்தார். "எனக்கு ஒன்றும் புரியவில்லை விவேக். பதினைந்து நிமிஷங்கள் முன்னாடி வரைக்கும் நன்றாகத்தான் இருந்தான்."

"கோட்டை விட்டுட்டீங்க. இன்ஸ்பெக்டர் எப்படியோ கோட்டை விட்டுட்டீங்க. இவன் ஏதோ மாத்திரையை விழுங்கியிருக்கான். இவனைச் சோதனை போட்ட கான்ஸ்டபிள் யார்?" நீலச்சட்டைக்காரனைக் கோபமாய் மல்லாத்திக்கொண்டே கேட்டான் விவேக்.

லாக்கப்புக்கு வெளியே நின்றிருந்த அந்த கான்ஸ்டபிள் பரபரப்பாய் உள்ளே நுழைந்தான். "சாப்..."

விவேக் இந்தியில் வெடித்தான்.

"இவனைத் தரோவா செக் பண்ணினீங்களா?"

"எஸ் ஸார்."

"ஏதும் வெச்சிருந்தானா?"

"இல்லை ஸார்."

"மாத்திரை ஏதாவது கிடைச்சுதா?"

"உடம்பைப் பூராவும் நிர்வாணமாக உருவிப் பார்த்தேன். ஏதும் கிடைக்கலை ஸார்."

"யூ மே கோ." கான்ஸ்டபிளிடம் சொல்லிவிட்டு இன்ஸ்பெக்டரின் பக்கமாய்த் திரும்பினான் விவேக்.

"இவன் நிச்சயமாய் ஏதோ மாத்திரையைத் முழுங்கியிருக்கான். இல்லாட்டி உதட்டில் இப்படி ரத்தம் பொங்காது. சே! ஏமாந்துட்டோம்."

கோகுல்நாத் முதன்முறையாய் வாயைத் திறந்தான். "மிஸ்டர் விவேக்! ரத்தம் புதுசாய் உறையாம இருக்கு பார்த்தீங்களா? இவன் மாத்திரையைச் சாப்பிட்டிருந்தா ஒரு பதினைஞ்சு நிமிஷத்துக்குள்ளாறதான் சாப்பிட்டிருக்கணும். அதாவது மாத்திரை இப்பத்தான் இவனோட கைக்குக்

கிடைச்சிருக்கணும். நீங்க இவனைப் பிடிச்சுப் போலீஸ் ஸ்டேஷனுக்குக் கூட்டிட்டு வரப்போ நிச்சயமா இவன்கிட்ட மாத்திரை இருந்திருக்காது. அப்படி இருந்திருந்தா அப்பவே அதைச் சாப்பிட்டிருப்பான். இப்போ மாத்திரையைச் சாப்பிட்டிருக்கான்னா நிச்சயமா இவனோட கூட்டத்தைச் சேர்ந்த யாரோ ஒருத்தர் ஸ்டேஷனுக்கு வந்திருக்கணும்."

"யூ ஆர் கரெக்ட் மிஸ்டர் கோகுல்நாத்!" கையைச் சொடுக்கிய விவேக் இன்ஸ்பெக்டர் சைலேஷின் பக்கமாய்த் திரும்பினான்.

"இன்ஸ்பெக்டர்... கடந்த பதினைஞ்சு நிமிஷத்துக்குள்ள இங்கே யார் யார் வந்தாங்கன்னு சொல்ல முடியுமா?"

"மிஸ்டர் விவேக், ஒரே ஒரு பெண் மட்டும் திருட்டுப் பயம் சம்பந்தமாகப் புகார் கொடுக்க வந்தாள்."

"பெண்ணா?"

"எஸ்."

"அவ எப்படியிருந்தா?"

"கொஞ்சம் மாடர்ன் கேர்ளாத் தெரிஞ்சா. கையில் டம்பப் பை. கண்களில் கறுப்புக் கண்ணாடி."

விவேக் கேட்டான், "அட்ரஸ் கொடுத்திருக்காளா?"

"ம்."

"உண்மையாகவே அந்த அட்ரஸ் இருக்கா இல்லையான்னு பார்த்துட்டு வந்துடுங்க இன்ஸ்பெக்டர். அட்ரஸ் உண்மையா இருந்தா அவளைத் தொடர்ந்து கண்காணிங்க. நானும் மிஸ்டர் கோகுல்நாத்தும் பம்பாய் போயிட்டு நாளை ஈவினிங் திரும்பிடுவோம்."

"எஸ் ஸார்."

"பாடியைப் போஸ்ட்மார்ட்டத்துக்கு அனுப்பிடுங்க. ரிப்போர்ட்டை ரிஸீவ் பண்ணி வையுங்க. இவனுடைய போட்டோவை எல்லாப் பத்திரிகைகளுக்கும் கொடுத்து

இவனைப்பத்தித் தகவல் தெரிஞ்சவங்க போலீஸில் வந்து இன்ஃபார்ம் பண்ணலாம்ன்னு அனௌன்ஸ் பண்ணிடுங்க. ரிவார்ட் கிடைக்கும்ன்னு மென்ஷன் பண்ணுங்க."

"ஓ.கே, ஸார்."

விவேக் எழுந்தான். மல்லாந்து விழுந்திருந்த நீலச்சட்டைக்காரனைப் பார்த்துக்கொண்டே சொன்னான். "பாவி! நீ ஜெயிச்சிட்டேடா! இந்தக் கேஸ்ல உன்னை வெச்சிகிட்டே ஜெயிக்கணும்ன்னு நான் நினைச்சேன். மறுபடியும் இந்தக் கேஸ் இருட்டாயிடுச்சு."

கோகுல்நாத்தும் இன்ஸ்பெக்டரும் பின்தொடர விவேக் வெளியே வந்தான்.

விமானத்தின் இறக்கைப் பாகங்கள் இன்னமும் புகைந்து கொண்டிருந்தன. வால் பகுதி ஐம்பது கெஜம் தள்ளி விழுந்திருந்தது. விமானத்தின் உடல் பகுதியில் இருந்த இந்தியன் ஏர்லைன்ஸ் என்ற எழுத்துக்கள் ஒன்றின் மேல் ஒன்று ஜாம் ஆகிக் குறுகியிருந்தது. அதன் வழியே பிதுக்கப்பட்ட உடல்கள் தெரிந்தன. விமானத்தின் காக்பிட் அறை கசங்கிக்கிடக்க, அதன் நடுவே விமல்நாத்தின் உடல் குப்புறக்கிடந்தது. அவரைச் சுற்றி அவுட்லைன் போட்ட மாதிரி உறைந்த ரத்தம்.

ராணுவமும், போலீஸூம் இணைந்து செயலாற்ற ஆம்புலன்ஸ் வண்டிகள் நசுங்கிப்போன பிணங்களால் நிரம்பிக் கொண்டிருந்தன. ஏர்லைன்ஸ் ஆபீஸர்கள் தத்தம் மூக்குகளைப் பொத்திக்கொண்டு நின்றிருந்தார்கள். விமானத்தில் பயணம் செய்தவர்களின் உறவுக் கூட்டங்கள் அழுகைகளோடு காத்திருந்தன.

விவேக் ஒரு வட்டமான பாறைமீது ஏறிக்கொண்டு விரலிடுக்கில் சிகரெட் புகைய கனமாகிவிட்ட மனதோடு பார்த்துக்கொண்டிருந்தான். 'டேய் யார்ரா நீங்கெல்லாம்? எதுக்காக இந்த விமான விபத்துக்கள்?' மானசீகமாய் சத்தம் போட்டான்.

அருகிலிருந்த கோகுல்நாத் பெருமூச்சொன்றை விட்டார்.

"முந்தின விமான விபத்தைவிட இது ரொம்பவும் மோசம். இல்லையா விவேக்?"

"சர்ட்டன்லி."

விவேக்கிற்குச் சற்றுத் தள்ளி நின்றிருந்த ஏர்லைன்ஸ் அதிகாரிகள் மத்தியில் சட்டென்று ஒரு பரப்பரப்புத் தொற்றிக்கொள்வதைக் கவனித்தார் கோகுல்நாத்.

"விவேக் அங்கே பார்த்தீங்களா?" விவேக் திரும்பினான்.

"மூச்சு வருதா?" ஆபீஸர் கேட்க...

"லேசா" அந்த வெள்ளுடுப்பு விமானச் சிப்பந்தி சொல்லிக் கொண்டிருந்தான். தான் நின்றிருந்த பாறையை விட்டுச் சட்டென்று கீழே இறங்கி அவர்களை நோக்கி நடந்தான் விவேக்.

"வாட்ஸ் த மேட்டர் மிஸ்டர் சின்ஹா?" அதிகாரியை நெருங்கிக் கேட்டான் விவேக்.

சின்ஹா பளிச்சென்று திரும்பினார். "வாங்க மிஸ்டர் விவேக், ஒரு மிராக்கிள் நடந்திருக்கு. இந்த விமான விபத்தில் எல்லோருமே இறந்துட்டாங்கன்னு நான் நினைச்சுட்டிருந்தேன். பட் அந்த ஏர்ஹோஸ்டஸ் கவிதாவுக்கு லேசா மூச்சு வந்திட்டிருக்கிறதா ஒரு நல்ல நியூஸ் கிடைச்சிருக்கு. ஆஸ்பிடல் மார்ச்சுவரியில் பாடிகளைக் கிடத்தறப்போ ஏதேச்சையா அந்த ஏர்ஹோஸ்டஸ் கவிதாவைச் சந்தேகப்பட்டுச் சோதிச்சு பார்த்திருக்காங்க... உயிர் இருந்திருக்கு. இப்போ கவிதா காஷுவாலிடியில் அட்மிட்டாயிருக்கா."

"ரியலி?" முகம் பிரகாசமானான் விவேக். "மிஸ்டர் சின்ஹா! இந்தக் கவிதாவைச் சாக விடக்கூடாது. விமானத்தில் என்ன நடந்ததுன்னு நிச்சயமாகக் கவிதாவுக்குத் தெரிஞ்சிருக்கும். அது நமக்குத் தெரியணும். கண்டிப்பாத் தெரியணும். கவிதா கண் முழிச்சதுமே என்ன

நடந்ததுன்னு கேட்கணும். நாம தாமதிக்கிற ஒவ்வொரு நிமிஷமும் காஸ்ட்லி வேஸ்ட்."

சொல்லிக்கொண்டே விவேக் போலீஸ் ஜீப்பை நோக்கிப் பாய்ந்தான்.

சில்லரை அதிகாரிகளை விபத்து ஸ்பாட்டிலேயே இருக்கச் சொல்லிவிட்டுப் பெரிய அதிகாரிகள் தத்தம் விமானக் கார்களை நோக்கி நடந்தார்கள் வேகமாய்.

ஹாஸ்பிடலின் நீண்ட மொசைக் வராந்தா.

காஷ்வாலிடி அறையின் மேல் ரத்தமாய் ஒரு சிவப்பு விளக்கு எரிந்து கொண்டிருந்தது. நர்ஸுகள் சின்னச் சின்ன மின்னல்களாய்ப் போய்க் கொண்டிருந்தார்கள்.

விவேக்கும் விமான நிலையத்தைச் சேர்ந்த ஒரு பெரிய அதிகாரி மட்டும் கவிதா இருந்த அறைக்குள் அனுமதிக்கப்பட்டனர்.

கவிதாவைப் பார்த்த விவேக் கண்களில் சட்டென்று நீர் துளிக்க அதிர்ந்தான்.

உடம்பின் இடப் பாகம் முழுவதும் சுத்தமாய் நசுங்கிச் சதைக்கோளமாய்த் தெரிய கவிதா ஏராளமாய்ச் சேதமாகியிருந்தாள். விழிகள் இருந்த இடத்தில் ரத்தக் குழிகள் தெரிந்தன. சுவாசம் வருவதற்கான அறிகுறியையே காணோம். மெல்லிய கண்ணாடி டியூப்பிலிருந்து ரத்தம் கொஞ்சம் கொஞ்சமாய் கவிதாவின் இதயத்தை நோக்கிப் போய்க் கொண்டிருந்தது.

நம்பிக்கையை இழக்க ஆரம்பித்தான் விவேக்.

16

டாக்டர் குல்கர்னி திட்டவட்டமாய்ச் சொல்லிவிட்டார்.

"கவிதா பிழைக்க வாய்ப்பே இல்லை. அவளுடைய உடம்பில் இன்னமும் உயிர் ஒரு மயிரிழையாய் ஒட்டிக் கொண்டிருப்பதற்குக் காரணம் மூளையில் 'செரிபெலம்' ஸ்பைனல் கார்டின் சில பகுதிகள் சேதப்படாமல் முழுசாய் இருப்பதால்தான். அதுவும் ரொம்ப நேரம் தாக்குப்பிடிக்க முடியாது. நினைவு திரும்பினாலும் நிமிஷ நேரந்தான் நினைவு இருக்கும்."

விவேக் கவிதாவை விட்டு அசையவில்லை. அங்கேயே உட்கார்ந்து கொண்டான். குல்கர்னியிடம் அதிகம் பேசினான். "டாக்டர்! கவிதாவைப் பத்து நிமிஷ நேரம் பேச வையுங்கள் போதும். அவள் சொல்லப்போகும் ஒவ்வொரு வார்த்தையும் ரொம்ப அவசியம் டாக்டர். கவிதா என்கிற இந்தப் பிடியும் நழுவவிட்டால் - விமான விபத்து ஏகப்பட்ட குழப்பமாகிவிடும். ப்ளீஸ்... ஏதாவது செய்யுங்கள். எந்த மருந்து எந்த நாட்டிலிருந்து உங்களுக்கு வேண்டும்? சொல்லுங்கள். இந்திய அரசாங்கம் வரவழைத்துக் கொடுக்கும்." - படபடத்தான் விவேக்.

குல்கர்னி புன்னகைத்தார். "ஐயாம் ஆல்ஸோ எ மேன் மேட் ஆஃப் ப்ளஷ் அண்ட் ப்ளட். நான் கடவுளில்லை மிஸ்டர் விவேக்! அந்த உயிரை நிறுத்தி வைக்கிற சக்தி எனக்குக் கிடையாது. எனக்குத் தெரிந்த, நான் படித்த வைத்திய அறிவைக்கொண்டு

கவிதாவைக் காப்பாற்ற முயற்சிக்கிறேன். அந்தப் பெண்ணின் உடம்பைப் பாருங்கள் விவேக். உடம்பின் இடப்பாகத்தில் இருக்கிற சதையெல்லாம் எப்படிப் பிய்ந்துபோய் எலும்பெல்லாம் தெரிகிறது பாருங்கள். ஏறக்குறைய உடம்பின் 95 சதவிகிதம் உறுப்புக்கள் பயங்கரமா அடிபட்டிருக்கு. ரத்தம் நிறைய இடத்திலே உறைஞ்சு போயிருக்கு. கவிதா இப்ப இருக்கிற நிலைமையில் ஆப்ரேஷனைப் பண்ணினா நானே அவளைக் கொலை பண்ணின மாதிரி ஆகிவிடும். ரத்தம் செலுத்திட்டிருக்கோம். அவளுடைய உடம்பு ரத்தத்தை ரிஸீவ் பண்ணிக்கிட்டிருக்கிறதே எனக்கு ரொம்பவும் ஆச்சரியமாக இருக்கு. லெட் அஸ் வெயிட் மிஸ்டர் விவேக்! காட் ஈஸ் கிரேட்."

குல்கர்னி தன் கழுத்து டையைத் தளர்த்திக்கொண்டே வெளியேறினார்.

விவேக் கவிதாவுக்குச் சற்றுத் தள்ளியிருந்த நாற்காலியில் தளர்வோடு சாய்ந்து கொண்டான்.

'கவிதா கண் விழி! இரண்டே வார்த்தையில் சொல்! விமானத்தில் என்ன நடந்தது? விமானம் உயிரில்லாமல், உயரம் இழக்காமல் வர என்ன காரணம்? உனக்குக் கண்டிப்பாய்த் தெரிந்திருக்கும். பாவிகள்! எந்த நோக்கத்திற்காக இப்படி விமானங்களோடு விளையாடுகிறார்கள்? உனக்குத் தெரியும்.'

கவிதா அசைவில்லாமல் கிடந்தாள். அவளைச் சுற்றிலும் ஒரு சோதனைச் சாலையே இயங்கிக் கொண்டிருந்தது. சலைன் பாட்டில் துளித்துளியாய் சலைனைக் கவிதாவின் சேதப்பட்ட உடம்புக்குள் நுழைக்க முயன்று தயக்கம் காட்டிக் கொண்டிருந்தது. ரத்தம் நிறைந்த பாட்டில் பாதியளவு ரத்தத்தை வெளியேற்றியிருந்தது.

எந்த நிமிஷமும் கவிதாவின் மேல் வெள்ளை விரிப்புப் போர்த்தப்படலாம். விநாடிக்கு விநாடி, விவேக்கின் இதயம் நொண்டிக்கொண்டே இருந்தது.

கண்ணாடி ஜன்னலுக்கு வெளியே பரவியிருந்த வராந்தாவில் போலீஸின் காக்கி யூனிஃபார்ம்களும், ஏர்போர்ட்டின் வெள்ளை யூனிஃபார்ம்களும் கலந்து தெரிந்தன. எல்லோருடைய முகங்களிலுமே ஓர் அவசரமான கவலை அழுத்தமாய் அப்பியிருந்தது. கவிதாவின் நூலிழை மூச்சும் நின்றுவிட்டால் அத்தனை பேரும் நிமிஷ நேரத்தில் வீட்டுக்குப் போய்விடுவார்கள். ஏர்போர்ட்டைச் சேர்ந்தவர்கள் ஒரு மலர் வளையம் வைப்பார்கள்.

ஏறக்குறைய ஆறு மணி நேரம்.

உட்கார்ந்திருந்த விவேக் களைத்துப்போக ஆரம்பித்தான். அறையில் பரவியிருந்த மருந்து நெடி தலைவலியை உண்டாக்கியிருந்தது. ஒரு சிகரெட்டுக்காக உதடும், ஒரு கப் காப்பிக்காக வயிறும் அப்ளிகேஷன் போட்டன. சாங்ஷன் செய்தான் விவேக். அறையை விட்டு வெளியே வந்தான். நின்றிருந்த நர்ஸிடம் மெல்லிய குரலில் சொன்னான்: “கவிதாகிட்டேயிருந்து ஒரு சின்ன முனங்கல் சத்தம் கேட்டாலும் சரி. உடனடியா எனக்குத் தகவல் வரணும். அதோ அந்த மரத்தடியில் நான் நின்னுட்டிருக்கேன்.”

சொல்லிவிட்டு மரத்தடியை நோக்கி நடந்தான்.

வராந்தாவில், நாற்காலிகளில் உட்கார்ந்திருந்த ஏர்லைன்ஸ் சம்பந்தப்பட்ட ஆசாமிகள் சிலர் விருட்டென்று எழுந்து விவேக்கை நெருங்கினர்.

“எனி பிராக்ரஸ் மிஸ்டர் விவேக்?”

“நத்திங், கண்டிஷன் ஈஸ் சேம்.”

“முடிவா டாக்டர் என்ன சொல்றார்?”

“ஹோப் இல்லைன்னுதான் சொல்றார்.”

“நினைவு திரும்புமாமா?”

“திரும்ப சான்ஸ் இல்லையாம். திரும்பினாலும் ஒரு நிமிஷம்தான் ஞாபகம் இருக்குமாம்.” கேட்ட

அதிகாரிகளுக்குப் பதில்களைச் சொல்லிக்கொண்டே, வராந்தாவின் வால்பகுதியை அடைந்துவிட்ட விவேக் அங்கு எதிர்ப்பட்ட கோகுல்நாத்தைப் பார்த்துப் புன்னகை செய்தான்.

"மிஸ்டர் கோகுல்நாத்! ஐயாம் இன் வாண்ட் ஆஃப் ஒன் சிகரெட் அண்ட் ஒன் கப் ஆஃப் காப்பி."

"வாங்க காண்டீனுக்குப் போகலாம்."

கோகுல்நாத் அழைக்க, படியிறங்கினான் விவேக்.

அதே விநாடி... காஷுவாலிடி அறையிலிருந்து ஒரு சிறு புயலாய் வெளிப்பட்டாள் அந்த நர்ஸ்.

"ஸார் ஸார்" அவள் கத்தினாள். "அந்தப் பெண் முனகறாங்க!" சட்டென்று திரும்பினான் விவேக்... நிலைமையைப் புரிந்துகொண்டான். வராந்தாவில் பரவியிருந்த ஜனச் சிதறலை ஊடுருவிக்கொண்டு ஓடினான். 'கடவுளே! உனக்கு நன்றி! அவளைப் பேச வை! ஒரு சின்னத் துரும்பளவு கிடைத்தாலும் போதும்! அவளைப் பேச வை.'

அறைக்குள் நுழைந்தான்.

டாக்டர் குல்கர்னி கவிதாவின் அருகே நின்றிருந்தார். விவேக்கைப் பார்த்ததும் சொன்னார். "மிஸ்டர் விவேக். வீ ஆர் லக்கி. கவிதாவுக்கு நினைவு திரும்பிட்டிருக்கு. முனகல் அதிகமாயிருக்கு. கவிதா வலியை உணர்றா. நினைவு கண்டிப்பாய் இருக்கும். ப்ளீஸ் கம் திஸ் ஸைட்."

விவேக் டாக்டர் சொன்னபடி வந்து நின்றான். கவிதாவைப் பார்த்தான். கவிதாவின் வீங்கின புருவங்கள் அசைந்து கொண்டிருந்தன. ரத்தக் காயப்பட்டு விட்ட கண்கள் திறக்க வழியின்றி மூடியே இருந்தன. இடது கை நசுங்கியிருக்க, வலது கை மெல்லத் துடித்தது. தொண்டையிலிருந்து கர்ர் கர்ர் என்ற சத்தம் இடையிடையே கேட்டது.

"கவிதா பேச முயற்சி பண்றா, ஆனா குரல் வரலை." விவேக் மிக நெருக்கமாய் அவள் அருகே குனிந்தான். அவள் குழறினாள். "கால்ப்பன் கால்ப்பன்"

“ஐ திங்க் ஷி ஈஸ் காலிங் கேப்டன்.” - விவேக் சொன்னான்.

“கவிதா கவிதா, நாங்க போலீஸ்” கத்தினான்.

கவிதாவின் புருவங்கள் வேகமாய்த் துடித்தன. உதடுகள் வேகமாய் அசைந்தன. வலதுகை மேலே எழுந்தது. தொண்டையிலிருந்து கர்ர் கர்ர் என்ற சத்தம் அதிகப்பட்டது:

விவேக் பதட்டத்துடன், “கவிதா என்னமோ சொல்ல முயற்சி பண்றா டாக்டர்.”

“லெட் ஹர் ஸ்பீக் மிஸ்டர் விவேக்!”

“அவளாலே பேச முடியல்ல டாக்டர்.”

கவிதாவின் வீங்கின முகம் அப்படியும், இப்படியும் அசைந்தது. மறுபடியும் அவளருகே குனிந்தான் விவேக். “கவிதா! பயப்படாதே! தைரியமா இரு, ப்ளைட்க்கு என்னாச்சுன்னு உனக்கு ஞாபகம் வருதா?” இந்த வார்த்தைகளைக் கேட்டதும் கவிதாவின் குழறல் அதிகமாகியது.

“நீ பேசறது புரியல்லேயே கவிதா!” - விவேக் அப்படிச் சொன்னதும் குழறுவதைச் சட்டென்று நிறுத்தினாள் கவிதா. கையால் ஏதோ சைகை செய்தாள்.

டாக்டர் குல்கர்னி சந்தோஷித்தார். “மிஸ்டர் விவேக்! இட் ஈஸ் ஒண்டர்ஃபுல். கவிதாவினாலே நாம் பேசற வார்த்தைகளை உடனே கிரகிக்க முடியுது. பேசறது புரியல்லேன்னு சொன்னதும் குழறலைச் சட்டுன்னு நிறுத்திக்கிட்டா. அப்போ ஞாபகம் நல்லா டர்ன் ஆகியிருக்கு. கவிதாவோட கையில் ஒரு பேப்பரையும், பென்சிலையும் கொடுப்போம். அவள் என்ன சொல்ல விரும்பினாளோ அதை எழுதட்டும்.”

“தட்ஸ் குட் ஐடியா?” டாக்டர் குல்கர்னி தன் பக்கத்திலிருந்த நர்ஸைத் திரும்பிப் பார்க்க அவள் நகர்ந்து இரண்டொரு நிமிஷங்களில் பேப்பரும், பென்சிலுமாய்

வந்தாள். பேப்பரை அட்டையின் கிளிப்பில் சொருகினான் விவேக். கவிதாவை நோக்கிக் குனிந்தான்.

"கவிதா! நாங்க போலீஸ்! விமான விபத்துக்குக் காரணமானவங்க யாருன்னு உனக்குத் தெரியுமா? அந்த பிளைட்டில் என்ன நடந்தது? விமானம் எப்படி வெடிச்சுது? இந்தப் பேப்பர்ல நீ சொல்ல விரும்பறதை எழுது."

கவிதாவின் கையில் பென்சிலைக் கொடுத்தான் விவேக்.

கவிதா பென்சிலை அழுத்தமாய்ப் பற்றிக்கொண்டாள். பென்சில் முனையால் காற்றில் எதையோ தேடினாள். விவேக் அட்டையோடு இருந்த பேப்பரைப் பென்சில் முனைக்கு நேராய் நீட்டினான்.

ஆவேசமாய் நெற்றிப் பரப்பும், உதடுகளும் துடிக்க, கோணல்மாணலாய் ஆங்கிலத்தில் எழுத ஆரம்பித்தாள்.

SNOS4 950E SCA PE DWI THP ARAS

எழுதி முடித்த அதே ஆவேசத்தில் சட்டென்று நினைவு தப்பி மயக்கமானாள்.

விவேக் குழப்பத்தோடு கையிலிருந்த பேப்பரை 97 ஆவது தடவையாகப் படித்தான். எதிரே உட்கார்ந்திருந்த ஏர்லைன்ஸ் ஆபீஸர்களிடம் காகிதத்தை நீட்டினான். "உங்கள் விமான இலாகா சம்பந்தப்பட்ட வார்த்தைகளாய் இருக்குமோவென்று எனக்கொரு சந்தேகம், நன்றாகப் பாருங்கள்." - மெல்லிய குரலில் சொன்னான்.

ஆபீஸர் கோஷ்டி மொத்தமும் உதட்டைப் பிதுக்கித் தலைகளை ஆட்டியது. "நிச்சயமாய் இந்த வார்த்தைகள் விமானம் சம்பந்தப்பட்ட வார்த்தைகள் இல்லை மிஸ்டர் விவேக்" - உறுதியாய்ச் சொன்னார்கள்.

தளர்ந்தான் விவேக்.

'ஒரு வார்த்தைகூடப் புரியும்படியாய் இல்லையே! SNOS4 95OE இந்த எண்கள் எதைக் குறிக்கிறது? நிச்சயமாய்

இந்த எண்களில் ஏதோ இருக்கிறது. இல்லாவிட்டால் கவிதா அவ்வளவு ஆவேசமாய் எழுதியிருக்க மாட்டாள்.'

அருகே உட்கார்ந்திருந்த கோகுல்நாத் அந்தக் காகிதத்தை வாங்கிப் பார்த்தார். ஒரு ஐந்து நிமிஷ நேரம் அதையே உற்றுப் பார்த்தார். பிறகு மௌனமாய் அந்தக் காகிதத்தை விவேக்கிடம் திருப்பிக் கொடுத்தார்.

"என்ன மிஸ்டர் கோகுல்நாத் ஏதாவது புரியுதா?"

இல்லை என்பதுபோல் தலையை ஆட்டினார் கோகுல்நாத். "விவேக்! ஒன்று செய்யுங்கள். கவிதாவுக்கு மறுபடியும் நினைவு திரும்பும்போது இன்னொரு தடவையும் எழுதச் சொல்லலாம். இதே வார்த்தைகளைத்தான் எழுதுகிறாளா இல்லை, புதிதாய் வேறு ஏதாவது வார்த்தைகளைக் கலந்து எழுதுகிறாளாவென்று பார்த்து விடலாம்."

விவேக் ஒன்றும் பேசாமல் சிந்தனையோடு அந்தக் காகிதத்தை நான்காய் மடித்துச் சட்டைப் பையில் போட்டுக்கொண்டான். 'இனிக் கவிதாவுக்கு எப்போது ஞாபகம் திரும்பும்? திரும்பினாலும் இதே வார்த்தைகளை மறுபடியும் எழுதினால் என்ன செய்வது?'

காஷுவாலிடி அறையில் கவிதாவுக்குத் தீவிரச் சிகிச்சையொன்றை அளித்துவிட்டு முகத்தில் அரும்பின வியர்வையோடு டாக்டர் குல்கர்னி வெளிப்பட, விவேக் அவரை நோக்கி வேகமாய் நடந்தான். விவேக் வருவதைக் கண்ட குல்கர்னி நின்றார், புன்னகைத்தார்.

"கவிதா எழுதியதில் ஏதாவது புரிந்ததா மிஸ்டர் விவேக்?"

"ஒரு வார்த்தைகூடப் புரியவில்லை டாக்டர்!"

"கவலைப்படாதீங்க விவேக்! கவிதாவே படிச்சுக் காட்டிடுவா!"

"டாக்டர் என்ன சொல்றீங்க?" விவேக் வியக்க அவர் தொடர்ந்தார்:

"ஐயாம் சர்ட்டன்லி கரெக்ட் விவேக்! இப்போ நான் சொல்லப்போகிற விஷயத்தைத் தயவுசெய்து யார்கிட்டேயும் சொல்லிடாதீங்க."

"மாட்டேன் சொல்லுங்க டாக்டர்!"

"சொல்றேன்! கவிதாவோட உயிருக்கு இனிமே ஆபத்தில்லை விவேக்! காப்பாற்றி விடலாம். பிளட் சர்க்குலேஷன் நார்மலுக்கு வந்துடுச்சு. நுரையீரல் இரண்டும் காயத்தினால் வீக்கமாயிருக்கு. இன்னிக்கு ராத்திரிப் பூராவும் ஆக்ஸிஜன் கொடுத்தா மூச்சும் நார்மலுக்கு வந்துடும். ப்ரெயினும், ஹார்ட்டும் நல்ல நிலைமையில் இருக்கு! லங்க்ஸை மட்டும் சரிப்படுத்திட்டோமானால் வி வில் சக்ஸீட். இனிப் பயமில்லை. நாளைக்குக் காலையில் தொண்டைப் பகுதியில் சின்னதா ஓர் ஆபரேஷன். ஆபரேஷன் முடிஞ்சு ஒரு மணி நேரத்திற்குப் பின்னாடி கவிதா உங்ககூடப் பேசுவா."

"தேங்க்யூ டாக்டர்."

"தேங்க்ஸ் எனக்கு வேண்டாம் விவேக். வி வில் தேங்க் காட்."

பம்பாய் கல்பாதேவி ரோட்டின் ஏறக்குறையக் கடைசியில் ஒரு மூன்று மாடிக் கட்டிடத்தின் முதல் மாடியில் சின்னதாய் சிக்கென்று இருந்தது விவேக்கின் அறை.

மாடிக்குக் கீழே ஒரு பீடாக் கடை, சாயாக் கடை, லாண்டரிக் கடை, ஒரு மளிகைக் கடை அடைந்திருந்தன. மூன்று மாடியிலும் கசகசாவென்று ஒண்டிக்குடித்தனங்கள்.

அன்றைக்கு ராத்திரி எட்மண்டுக்கு எட்டு மணிக்கு ஹாஸ்பிடலில் இருந்து அறைக்குத் திரும்பிய விவேக்கை கீழே பீடாக் கடையில் வேலை செய்யும் லால்சந்த் "பைய்யா!" (அண்ணா) என்று அழைத்துக் கொண்டே ஓடி வந்தான்.

விவேக் நின்றான். "என்ன லால்சந்த்?"

"உங்களுக்கு ஒரு லெட்டர்!" - லால்சந்த் தன்னுடைய பனியனுக்குள்ளேயிருந்து அந்தக் கடிதத்தை எடுத்தான்.

நீல நிறக் கவர். லால்சந்த் கவரை நீட்ட, ஆவலாய் அதை வாங்கினான் விவேக். கவரை மேலோட்டமாய் அளந்தான். தபால் முத்திரை இல்லாத கவர் அது. அப்படியானால் இது தபால் அலுவலகம் வழியாய் வந்த கடிதம் இல்லை.

"லால்சந்த்... இந்தக் கடிதத்தை உன்கிட்ட யார் கொடுத்தாங்க?"

லால்சந்த் படபடவென்று சொன்னான்: "டாக்ஸியில் ஒருத்தர் வந்தார். 'நான் விவேக்கோட பிரண்ட்'ன்னு சொன்னார். அவர்கிட்டே இந்த லெட்டரைச் சேர்ப்பிக்கணும்னு கொடுத்தார். நான் கொடுத்துடறதாச் சொல்லி வாங்கிக்கிட்டேன்."

"ஐ...ஸி." மோவாயைத் தடவிக்கொண்டான் விவேக். சிறிது நேர யோசனைக்குப் பின் கேட்டான்.

"அந்தப் ஃபிரண்டோட பேர் என்னன்னு கேட்டியா லால்சந்த்?"

"கேட்டேன் பைய்யா. அருண்குமார்னு சொன்னார்."

'அருண்குமார்? இந்தப் பெயரில் எவனுமே எனக்கு நண்பனே இல்லையே!' - லால்சந்தை ஏறிட்டான் விவேக்.

"அந்த அருண்குமார் எத்தனை மணிக்கு வந்திருந்தார் லால்சந்த்?"

"ஆறு மணிக்கு!"

"சரி நீ போ." - கடிதத்தோடு மாடி ஏறினான் விவேக். அறையை அடைந்து பூட்டைப் பிளந்துகொண்டு உள்ளே நுழைந்தான். கதவைத் தாழிட்டுக் கொண்டான்.

நீலக் கவரை உடைத்தான்.

அதே வண்ண புல்ஸ்கேப் பேப்பரில், தமிழில் டைப் எழுத்துக்கள் ஓடியிருந்தன. விவேக்கின் பார்வை அதில் ஓடியது.

"விவேக்! உன் கெட்டிக்காரத்தனத்துக்கு ஒரு சபாஷ். ஆனால் உன் கெட்டிக்காரத்தனமெல்லாம் எங்களிடம் வேகாது. உதாரணம், ரீடா. அந்த நீலச் சட்டைக்காரன். எங்ககிட்டே வர்றதுக்கு நீ எந்தப் பாதையைப் பிடிச்சாலும் சரி. அந்தப் பாதையை அழிச்சுடுவோம். இப்போ நீ கடைசியா இந்த நிமிஷம் வரை பிடிச்சிட்டிருக்கிற பாதை அந்த ஏர்ஹோஸ்டஸ் கவிதா. அவளுடைய ஊசலாடிட்டிருக்கிற உயிரைக் காப்பாற்ற டாக்டர் குல்கர்னியோட தலைமையில் ஒரு டாக்டர் குழுவே இயங்கிட்டு இருக்கிற விஷயம் எனக்குத் தெரியும். அந்த ஏர்ஹோஸ்டஸ் உயிர் பிழைச்சு பிளைட்டில் என்ன நடந்தது என்பதை விளக்கமாய்ச் சொல்லுவாள் என்று உன்னுடைய போலீஸ் பட்டாளமும், அந்த ஏர்போர்ட் பட்டாளமும் கழுகு கணக்கா காத்திட்டிருக்கிற விஷயமும் எனக்குத் தெரியும். வீணாய்ப் பகல் கனவு காணாதீங்க. அந்த ஏர்ஹோஸ்டஸ் கவிதா நிச்சயமாய் இன்றைக்கு ராத்திரி பன்னிரெண்டு மணிக்குள் உயிரை விடப்போகிறாள். உனக்குத் திறமை இருந்தா அவளுடைய சாவைத் தடுத்து நிறுத்து பார்க்கலாம்."

இப்படிக்கு,

அருண்குமார்.

(இந்த அருண்குமார் என்ற பெயர் என் சொந்தப் பெயர் இல்லை. வீணாய்த் தேடிக்கொண்டு பம்பாய் பூராவும் அலையாதே!)

கடிதத்தைப் படித்து முடித்த விவேக்கின் உடம்பில் ஆத்திரம் அலைமோதியது. கடிதத்தை மறுபடியும் படித்தான்.

ஏர்ஹோஸ்டஸ் கவிதா இன்றைக்கு ராத்திரிப் பனிரெண்டு மணிக்கு உயிரை விடப்போகிறாள் என்னும் வரிகள் அவனுடைய ரத்தத்தில் பயத்தைக் கலந்தன. 'இவன்கள் செய்யக்கூடியவன்கள். ரீடாவைக் கொன்ற மாதிரி, அந்த நீலச் சட்டைக்காரனை அழித்த மாதிரி, கவிதாவையும் இல்லாமல் செய்துவிடக் கூடியவர்கள்!' - விவேக்கின் மனம் எச்சரித்தது.

கடிதத்தை மடித்துச் சட்டைப் பையில் போட்ட விவேக், அறையை மறுபடியும் பூட்டிக்கொண்டு வெளியே வந்தான். முகம் வியர்த்திருந்தது.

உடனடியாய் ஹாஸ்பிட்டலுக்குப் போகவேண்டும், டாக்டர் குல்கர்னியைப் பார்க்க வேண்டும். விஷயத்தைச் சொல்லிக் கவிதாவுக்குப் போலீஸ் பாதுகாப்பைப் போட வேண்டும். கைக்கடிகாரத்தைப் பார்த்தான் விவேக். மணி எட்டு பதினைந்து. வீதிக்கு வந்து டாக்ஸியைத் தேடினான். டாக்ஸி கிடைத்தது. அதில் ஏறி ஜஸ்லோக் ஆஸ்பத்திரியை அடைந்து, டாக்டர் குல்கர்னியின் டேபிளுக்கு முன்னால் நின்றபோது மணி எட்டு முப்பது.

"வாட் ஹேப்பண்ட் டு யூ மிஸ்டர் விவேக்?" - வியர்வையில் ஊறி நின்ற விவேக்கை வியப்போடு பார்த்தார் டாக்டர் குல்கர்னி.

எதிரே இருந்த நாற்காலியில் தொப்பென்று விழுந்தான் விவேக்.

"டாக்டர், ஸீ திஸ் லெட்டர்." - விவேக் கடிதத்தை நீட்டினான்.

கடிதத்தை வாங்கிக்கொண்ட குல்கர்னி மெதுவாய்ப் படிக்க ஆரம்பித்து, வேகமாய் முகம் வெளுத்தார்.

நாற்காலியைப் பின்னுக்குத் தள்ளிக்கொண்டு சரேலென்று எழுந்தார்.

"வாங்க கவிதாவைப் பார்க்கலாம்." - குல்கர்னி காஷுவாலிடி அறையை நோக்கி நடக்க ஆரம்பித்தார். விவேக் பின்தொடர்ந்தான். வேகமாக ஒரு நிமிஷ நேர நடை.

காஷுவாலிடி அறைக்கு முன்பு இருந்த வராந்தாவில் யாருமே இல்லை. வார்டுபாய் மட்டும் நின்றிருந்தான், குல்கர்னி அறைக்குள் நுழைந்தார்.

உள்ளே ஸ்டூல் ஒன்றில் உட்கார்ந்திருந்த நர்ஸ் சட்டென்று எழுந்தாள்.

“சிசிலி.” - நர்ஸை அழைத்தார் டாக்டர். “கவிதா தற்சமயம் எப்படி இருக்கிறாள்?”

“நோ சேஞ்ச் டாக்டர். ஹார்ட் பீட்டிங். பல்ஸ் நார்மல். ஆக்ஸிஜன் கொடுத்ததுக்கப்புறம் ப்ரீத்திங் கம்ஃபர்ட்டபிளா இருக்கு டாக்டர்.”

“தட்ஸ் குட்.” குல்கர்னி விவேக்கைத் திரும்பிப் பார்த்தார். “மிஸ்டர் விவேக். இனிமேல் இந்த அறைக்குள் யாருமே நுழையாதபடி செய்துவிடலாம். சிசிலிகூட வேண்டாம். நீங்கள், நான், ஒரு போலீஸ் இன்ஸ்பெக்டர் மட்டும் இருப்போம். அறையைச் சுற்றிலும் ‘காப்’ஸைப் போட்டுவிடலாம். கவிதாவைப் பிழைக்க வைக்க நானாயிற்று.”

குல்கர்னியின் உற்சாகம் விவேக்கையும் தொற்றிக் கொண்டது. டெலிபோனில் கோகுல்நாத்தைக் கூப்பிட்டான். விஷயத்தைச் சொன்னான் விளக்கமாய்.

அடுத்த பத்தாவது நிமிஷம்...

காஷுவாலிட்டி அறையைச் சுற்றிலும் போலீஸ் வளையம் சூழ்ந்தது.

அறைக்குள்ளே...

குல்கர்னி, விவேக், இன்ஸ்பெக்டர் கோகுல்நாத் மூவரும் கவிதாவைச் சுற்றி உட்கார்ந்துகொள்ள நேரம் ஓடியது. கவிதாவின் உடம்பிற்கு ட்யூப் மூலமாய் சலைனும், இரத்தமும் துளித்துளியாய்ப் போய்க் கொண்டிருந்தன.

இத்துணை , ஏற்பாட்டுக்குப் பின்பும், பிழைத்துக் கொள்ளக்கூடும் என்ற நம்பிக்கையை ஏற்படுத்தியிருந்த கவிதா.

நேரம் பனிரெண்டாகப் பத்து நிமிஷம் இருந்தபோது, செத்துப்போனாள்.

17

வியப்பில் உறைந்துபோன டாக்டர் குல்கர்னியை, ஒரு சின்ன பயப்போர்வை போர்த்திக்கொள்ள, விவேக் வெகுவாக முகம் மாறிக் கவிதாவை நெருங்கினான். கவிதாவைச் சுற்றிலும் இயங்கிக்கொண்டிருந்த மருத்துவ இயக்கம் ஸ்தம்பித்துப் போயிருந்தது. ரத்தம் நிறைந்த பாட்டிலும், சலைன் நிறைந்த பாட்டிலும் தத்தம் துளிகளை டியூப்களில் செலுத்துவதை நிறுத்தியிருந்தது. கவிதாவின் நாசித் துவாரங்களில் பொருத்தப்பட்டிருந்த ஆக்ஸிஜன் ட்யூப்புகள் மேலே சுற்றிக்கொண்டிருந்த ஃபேன் காற்றில் மெலிதாய் நடுங்கிக் கொண்டிருந்தன.

குல்கர்னியின் சிவந்த முகம் லேசாய்க் கருமை தட்ட ஆரம்பித்தது. "ஐயாம் ஒண்டரிங் அபௌட் தி டிமைஸ் ஆஃப் கவிதா. இந்த நிமிஷமும் சொல்றேன் மிஸ்டர் விவேக். கவிதா இறக்க வாய்ப்பில்லை. சம்திங் ஹேஸ் ஹாப்பண்ட். அந்த லெட்டர் எழுதினவன் சொன்னபடியே ஏதோ செஞ்சிருக்கான்."

குல்கர்னி கவிதாவைச் சோதிக்க ஆரம்பித்தார்.

ரத்தமும், சலைனும் சென்றுகொண்டிருந்த ஊசிகளை அகற்றினார். அந்த வினாடிவரை வந்த ரத்தத்துளியும், சலைன் துளியும் கீழே சிதறின. கவிதாவின் நாசித்துவாரங்களில் பொருத்தப்பட்டிருந்த ஆக்ஸிஜன் ட்யூப்புகளை அகற்றியபோது சட்டென்று அந்த வித்தியாசத்தை உணர்ந்தார்.

சரேலென விவேக்கை திரும்பிப் பார்த்தார்.

“என்ன டாக்டர்? ஈஸ் தேர் எனிதிங் ராங்...?” விவேக் கேட்டான். குல்கர்னி பரபரத்தார். “எஸ் மிஸ்டர் விவேக்! இந்த டியூப்களில் ஆக்ஸிஜன் வருவது நின்று போயிருக்கிறது.” உரத்தக் குரலில் சொல்லிக்கொண்டே ஆக்ஸிஜன் சப்ளையாகும் அறையை நோக்கி ஓடினார். விவேக்கும், இன்ஸ்பெக்டர் கோகுல்நாத்தும் அவரைப் பின்தொடர்ந்தனர்.

வராந்தாவின் கடைசியில் இருந்தது, ஆக்ஸிஜன் சப்ளையாகும் அறை.

சாத்தியிருந்த அறைக்கதவைத் திறந்துகொண்டு ஒரு புயலாய் உள்ளே நுழைந்தார் குல்கர்னி. ராட்சசத்தனமான வாயு சிலிண்டர்கள் கரும் பூதங்களாய் நின்றிருக்க ஒவ்வொன்றின் வாய்ப்புறத்திலிருந்தும் ஏகப்பட்ட சிந்தெடிக் டியூப்கள் ஒன்றாகக் கிளம்பிச் சுவரின் ஓரங்களில் சீராய்ப் பாதை வகுத்துக்கொண்டு, ஆஸ்பத்திரியின் எல்லா அறைகளுக்கும் ஓடிக்கொண்டிருந்தன. கவிதா படுத்திருந்த அறை எண்ணை மனதில் வாங்கிக்கொண்டு அந்த டியூபைத் தேட ஆரம்பித்தார் குல்கர்னி.

இரண்டாவது நிமிஷமே கிடைத்தது.

அறுபட்ட இரண்டு துண்டுகளாக.

“சே ஏமாந்துட்டோம்! இங்கே வந்திருக்கிறான் அவன் வெகு சுலபமாய் வேலையை முடித்துக்கொண்டு போயிருக்கிறான்.” குல்கர்னி எரிச்சலோடு நெற்றியைத் தட்டிக்கொண்டார்.

விவேக் படபடப்பாய்க் கேட்டான். “டாக்டர்! இந்த அறையைப் பார்த்துக்கொள்ள எந்த ஸ்டாஃப்பும் கிடையாதா?”

“ராத்திரியில் யாரும் இருக்க மாட்டாங்க மிஸ்டர் விவேக். கவிதாவை அவன் ஏதாவது செய்துடுவாங்கிற பயத்திலே நாம் இந்த ஆக்ஸிஜன் அறையைச் சுத்தமாய் மறந்துட்டோம்.

என்ன ஒரு முட்டாள்தனம்!" உதட்டைக் கடித்துக்கொண்டு உணர்ச்சிகளை அடக்கிக்கொள்ள இயலாதவராய் தலையை ஆட்டியபடி திரும்பிய குல்கர்னியின் பார்வையில், ஆக்ஸிஜன் சிலிண்டரின் குழிவான மேற்புறத்தில் இருந்த அந்தச் சிறிய (தீப்பெட்டியைக் காட்டிலும் இரண்டு மடங்கு பெரிதான) மரப்பெட்டி பட்டது.

எடுத்தார்.

பெட்டியின் மேற்புரத்தில் பால்பாயிண்ட் பேனாவினால் எழுதப்பட்ட அந்தச் சிறிய எழுத்துக்கள் தெளிவாய்த் தெரிய, படித்தார்: To Mr Vivek.

"விவேக்! இதைப் பாருங்கள்!" விவேக்கிடம் அந்தப் பெட்டியை நீட்டினார்.

விவேக் சற்று திகைப்போடு அந்தப் பெட்டியை வாங்கினான். மேல் மூடியைத் தட்டி எறிந்துவிட்டு உள்ளே பார்த்தான்.

ஒரு டேப் காஸட் தெரிந்தது.

வெளியே எடுத்தான் விவேக். அருகில் நின்றிருந்த கோகுல்நாத்திடம் வேகமான குரலில் சொன்னான், "ஆக்ஸிஜன் ட்யூப்பைத் துண்டித்தவன் என்கிட்ட எதையோ சொல்ல விரும்பினான் போலிருக்கு மிஸ்டர் கோகுல்நாத்! இங்கே ஏதாவது டேப் ரிக்கார்டர் கிடைக்குமான்னு பாருங்க. போட்டுப் பார்த்துடலாம்."

குல்கர்னி சொன்னார்: "மேலே ஸ்பெஷல் வார்டில் இரண்டாவது அறையில் ஒரு மில் ஓனர் பேஷண்டா இருக்கார். அவர்கிட்டே ரிக்கார்டர் இருக்கு. அதை வாங்கிட்டு வர நான் ஏற்பாடு பண்றேன். வெயிட் ஃபார் ஃபியூ மினிட்ஸ்."

சொன்னபடியே ஏற்பாடு செய்தார் டாக்டர் குல்கர்னி.

அடுத்த ஐந்தாவது நிமிஷம் டேப் ரிக்கார்டர் அந்த அறையில் இருந்தது. காஸெட்டை அதில் பொருத்தினான் விவேக், பட்டனைத் தட்டிவிட்டான்.

முதலில் பதினைந்து வினாடிகளுக்கு அது மௌனமாய்ச் சுழன்றது. திடீரென்று ஒரு மேஜை நகர்த்தப்படும் சத்தமும், யாரோ இருமும் சத்தமும் ஒன்றாகக் கேட்டது.

தொடர்ந்து அந்தக் குரல் கரகரத்தது.

“விவேக்! உனக்கும், உனது போலீஸ் படைக்கும் எனது ஆழ்ந்த அனுதாபங்கள். முதலில் ரீடா, இரண்டாவதாய் அந்த நீலச் சட்டைக்காரன். மூன்றாவதாய் இந்தக் கவிதா. எல்லா வழிகளையும் சுத்தமா அடைச்சிட்டோம். வீணாய் நேரத்தைச் செலவழிச்சுகிட்டு டில்லி வெயிலில் அலையாதே. விமானங்கள் வெடிக்கிற இந்த வைபோகத்தை உன்னால் தடுக்க முடியாது. இந்த நிமிஷம் வரைக்கும் நாங்க சொன்னது எல்லாமே கச்சிதமா நடந்திருக்கு, நாங்க செய்யற ஒவ்வொரு காரியத்தையும் உன்கிட்டே முன்கூட்டியே சொல்லிட்டு செஞ்சிட்டு வந்தோம். எங்களுடைய புத்திசாலித்தனத்தையும், எங்களுக்கு இருக்கிற சக்தியையும் காட்டத்தான் அப்படி சொல்லிட்டே செஞ்சோம். இனிமேல் எந்தத் தகவலும் உனக்கோ, போலீஸுக்கோ வராது. விமானங்கள் தொடர்ந்து சிதற ஆரம்பிக்கும். எந்த விமானம் எந்தத் தேதியில் எந்த நேரத்தில் வெடிக்கும்கிற விபரத்தை இனிமே சொல்லமாட்டோம். பம்பாய்க்குப் பத்தாவது மைலில் ரெண்டு பிளைட்டை வெற்றிகரமா வெடிக்க விட்டிருக்கோம். கூடிய சீக்கிரம் இந்த வெடிப்புவிழா இந்தியாவின் எல்லா முக்கிய நகரங்களிலும் நடக்கும். உன்னால் உன் போலீஸ் படையால் தடுக்க முடியுமானால் தடு. குட் பை. இனிமேல் உனக்கு எந்தத் தகவலும் எங்களிடமிருந்து வராது.”

டேப் கரகரப்பதை நிறுத்திவிட்டு, மௌனமாய்ச் சுழன்றது.

விவேக் சோர்வாய் அருகே இருந்த நாற்காலியில் சரிந்தான். டேப்பின் நாடா தீர்ந்து ரிஜக்ட் செய்யப்பட்டு காஸெட் வெளியே வந்தது.

விவேக் மெள்ளத் தலையை நிமிர்த்திக் கோகுல்நாத்தை ஏறிட்டான். "பிராப்ளம் ரொம்பவும் சிக்கலாயிடிச்சு கோகுல்நாத்."

கோகுல்நாத் மோவாயைத் தேய்த்தார்.

டாக்டர் குல்கர்னி சுவரை வெறித்துக் கொண்டிருந்தார்.

ஹோட்டல் நீடோஸ்.

ரீடாவின் மரணத்தை அலட்சியப்படுத்திவிட்டு ஒரு வாரத்திற்குப் பின் அன்றைக்குத்தான் காபரே கொண்டாட்டத்தை துவக்கியிருந்தது.

காபரே ஹாலின் இருட்டான மூலை. கையில் சிகரெட் புகையும், மேஜையின் மேல் இருந்த புனல் வடிவ டம்ளரில் பொன்னிற விஸ்கி இருட்டில் பளபளக்க ஜோயல் உட்கார்ந்திருந்தான்.

வெயிட்டர் அவனை நெருங்கினான். பவ்யமாய் அவன் காதருகே குனிந்தான். "ஸார், உங்களுக்கு ஒரு போன்."

"யார்கிட்டேயிருந்து?" - எரிச்சலோடு கேட்டான் ஜோயல்.

"எனக்குத் தெரியல்லே ஸார்."

"மானேஜர்கிட்டே போய் கேட்டுட்டு வந்து சொல்லு."

வெயிட்டர் அகன்றான். சரியாய் ஒரு நிமிஷத்திற்குப் பிறகு மறுபடியும் வந்தான். "CR நம்பர் - 5கிட்டேயிருந்து ஸார்."

சிகரெட்டை ஆஷ்ட்ரேயில் இட்டு ஆத்திரமாய் நசுக்கிவிட்டு எழுந்தான். ஜோயல் மானேஜர் இருந்த கவுண்டரை நோக்கி நடந்தான்.

மானேஜர் ஒருவித பயத்தோடு ஜோயலைப் பார்க்க, ஜோயல் அவரைப் பொருட்படுத்தாமல், ரிஸீவரை ஆவேசமாய் அள்ளினான்.

டில்லி பார்லிமெண்ட் கட்டடச்சாலையில் அரசாங்கத்துக்குச் சொந்தமான ஒரு கட்டடம். போலீஸ் கமிஷனர் ஐ.ஜி. போலீஸ் இலாகாவின் உயர் அதிகாரிகள் எல்லோருமே காக்கி

உடைகளில் அசோகச் சக்கர சின்னங்களோடு கும்பலாய்க் குவிந்திருந்தார்கள். விமான நிர்வாகத்தைச் சேர்ந்த பழுப்பு நிற அதிகாரிகள் இடையிடையே வெள்ளை யூனிஃபார்மில் தெரிந்தார்கள். வட்டமான மேஜை எல்லோருடைய முகங்களையும் பார்க்க வசதி செய்து தந்தது.

எல்லோருமே படபடப்பாய் இருந்தார்கள்.

"என்ன செய்யலாம்? என்ன செய்யலாம்?" ஆவேசப் பட்டார்கள். 'அடுக்கடுக்காய் இரண்டு விமான விபத்துக்கள். மொத்தம் 142 பேர் கொல்லப்பட்டிருக்கிறார்கள். சொல்லிச் சொல்லியே சாகடித்திருக்கிறார்கள். யார் அவர்கள்? எந்த நோக்கத்தை மனதில் வைத்துக்கொண்டு விமானங்களோடு விளையாடுகிறார்கள்?'

டி.ஐ.ஜி எழுந்து நின்று தன் தீட்சண்யமான கண்களில் ஒருவித கலக்கத்தை நிரப்பிக்கொண்டு சொன்னார்:

"பிளைட் சர்வீஸை ஒரு மாதம் வரைக்கும் நிறுத்தி வைத்துவிட்டுக் குற்றவாளிகளை கண்டுபிடிக்க ஏற்பாடு செய்யவேண்டும்..."

"பிளைட் சர்வீஸை நிறுத்துவதா? அதைவிட வெட்கக் கேடான விஷயம் வேறெதுவும் இல்லை. விமானத்துறைச் சரித்திரத்தில் அது ஒரு நிரந்தரக் களங்கமாகிவிடும்..." விமான நிர்வாக இளைய வயது அதிகாரி ஒருவர் படபடத்தார்.

"விமான சர்வீஸையும் நிறுத்தக்கூடாது. விபத்துக்களையும் தடுக்கவேண்டும். எல்லோருக்கும் இது உடன்பாடுதான். ஆனால் விமான விபத்துக்கான காரணம் என்ன என்பதை அறிந்துகொள்ளாமல் அவசரப்பட்டு நாம் எந்த முடிவுக்கும் வந்துவிடக் கூடாது. மிஸ்டர் விவேக்! நீங்கள் ஆரம்பத்திலிருந்து இந்த வழக்கில் ஈடுபட்டு வந்திருக்கிறீர்கள். உங்களால் இந்த விமான விபத்துக்கான காரணத்தை அனுமானம் செய்ய முடிகிறதா?"

போலீஸ் கமிஷனர் கேட்டுவிட்டு விவேக்கைக் கூர்மையாகப் பார்த்தார்.

விவேக் எழுந்து நின்றான். “ஸாரி ஸார்! என்னால் எந்த முடிவுக்குமே வரமுடியவில்லை. இன்னும் ஒரு வாரம் அவகாசம் கொடுங்கள்.”

“எதற்கு? மூன்றாவது விமான விபத்தையும் பார்க்கவா?” ஐ.ஜி. சிறிது கோபமாய்க் கேட்டார்.

விவேக் ஐ.ஜியையே சிறிது நேரம் பார்த்தான். பிறகு, மெல்லிய குரலில் சொன்னான்: “எதிரிகள் ரொம்பவும் புத்திசாலித்தனமாய் செயல்பட்டுக் கொண்டிருக்கிறார்கள். நமக்குக் கிடைத்த சாட்சியங்களையெல்லாம் சாமர்த்தியமாய் அழித்திருக்கிறார்கள். கேப்டன் விமல்நாத் சென்ற பிளைட்டில் வெடிகுண்டை வைப்பதுபோல் வைத்து, அது நம் கைக்கு சிக்கும்படியாகவும் வைத்து, அதேசமயம் விமானத்தின் இன்னொரு பகுதியில் டைனமைட்டைப் பதுக்கியிருக்கிறார்கள். டைனமைட்டை ஒரு விமானத்திற்குள் பதுக்க வேண்டுமென்றால் நிச்சயமாய் விமானத்துறை சம்பந்தப்பட்ட அதிகாரி ஒருவரின் உதவியில்லாமல் முடியாது.”

அறையிலிருந்து அத்தனை அதிகாரிகளும் விவேக்கையே பார்த்துக் கொண்டிருக்க விவேக் அதே நிதானமான குரலில் தொடர்ந்தான்: “இந்த வழக்கில் நாம் அவசரப்பட்டோமானால், அதனால் ஒரு பிரயோஜனமும் கிடைக்கப் போவதில்லை. நிதானமாய் எதிரி இருக்கும் இலக்கை நோக்கி நகர வேண்டும். இனிமேல் அவர்கள் எந்தத் தகவலும் நமக்குக் கொடுக்காமல் செயல்படப் போகிறார்கள். இது கவலை தரக்கூடிய விஷயம்!” விவேக் பேச்சை நிறுத்தினான்.

“ஓ.கே.” கமிஷனர் எழுந்தார். “மிஸ்டர் விவேக், உங்களுடைய திறமையில் எனக்கு நம்பிக்கை உண்டு. ஜாக்கிரதையாய் செயல்பட்டு எதிரிகளை வளையுங்கள்.

உங்களுக்கு என்ன உதவி தேவைப்பட்டாலும் போலீஸ் துறையும், விமானத் துறையும் உதவக் காத்திருக்கின்றன. அரசாங்கம் இந்த விபத்துக்களினால் மிகுந்த கவலை கொண்டிருக்கிறது. நீங்கள் என்ன செய்வீர்களோ ஏது செய்வீர்களோ எனக்குத் தெரியாது. மூன்றாவது தடவையாய் ஒரு விமானம் வெடித்துவிடக் கூடாது." சரளமான ஆங்கிலத்திலும், இதமான இந்தியிலும் கமிஷனர் சொல்லிக்கொண்டே வாசலில் நின்றிருந்த காரை நோக்கிப் போனார். விவேக் தலையாட்ட, இதர உயர் அதிகாரிகள் விவேக்கிடம் புன்னகை மூலம் விடைபெற்றனர்.

விமானத்துறை அதிகாரிகள் ஒரு பக்கமாய் குழும, விவேக்கும் புகையை நாடி வெளியே வந்தான். இன்ஸ்பெக்டர் கோகுல்நாத் வரவேற்பறை ஹாலில் சோபா-கம்-பெட்டில் உட்கார்ந்திருந்தார். விவேக்கைப் பார்த்ததும் எழுந்தார், "என்ன முடிவு எடுத்திருக்காங்க விவேக்?"

"நத்திங்! 34 கேக்கும், 68 பிஸ்கட்டும், 34 கப் காப்பியும் அரசாங்கச் செலவில் தண்டம். கமிஷனர் ஈஸியாய் எல்லாத்தையும் என்னுடைய தலையில கட்டிட்டுக் காரில் ஏறிட்டார்."

கோகுல்நாத் சிரித்தார்.

"சிரிக்காதீங்க கோகுல்நாத்! இந்த கேஸ்ல நான் மரண அடி வாங்கப்போறேன். வாலும் இல்லாம, தலையும் இல்லாம, ரெண்டு பக்கமும் இறக்கையும் இல்லாம ஒரு வினோதமான பறவை மாதிரி இருக்கு இந்தக் கேஸ். அந்தரத்தில் நடக்கிற விபத்துக்களுக்குத் தரையில் விசாரணை நடந்திருக்கு. முன்னையாவது தகவல் கொடுத்தான். ப்ரிகாஷனரி ஸ்டெப்ஸ் எடுத்து விபத்தைத் தடுக்கப் பார்த்தோம். இனிமே அதுவும் கிடையாது. எந்த நேரத்தில் எந்த விமானத்தில் அவன் வெடிகுண்டைப் பதுக்குவானோ தெரியல்லே." விவேக் போலியான பயத்தோடு சொல்லிக்கொண்டே போக...

“ஜோயலைப் பார்த்தீங்களா விவேக்?” கோகுல்நாத் கேட்டார்.

“அதுக்குத்தான் புறப்பட்டிருக்கேன். ரீடாவோட மரணத்துக்குப் பின்னாடி நாம் ஜோயலைப் போய்ப் பார்க்கவேயில்லை.”

இருவருமாய் கட்டிடத்தை விட்டு வெளியே வந்து, டாக்ஸி ஒன்றை நிறுத்தி ஏறிக்கொண்டனர்.

“கண்டோன்மெண்ட்.”

டாக்ஸி டிரைவர் அனாயசமாய் டாக்ஸியை வளைத்துக் கொண்டு டில்லியை ஊடுருவ ஆரம்பித்தான். டில்லியில் போக்குவரத்துக்குப் பழக்கப்பட்டுவிட்ட டாக்ஸி அது!

எதிரே வரும் சக வாகனங்களைக் கண்டு தயங்காமல் பயப்படாமல் விர்ரென்று போனது.

“கேப்டன் விமல்நாத் மேல எனக்கு ஒரு கண் இருந்தது விவேக். இந்த மனுஷன்தான் இந்த டைனமைட் நாடகத்துக்கு ஹீரோன்னு நினைச்சேன். கடைசியில் அவரும்...”

“அவருடைய காஸ்ட்லியான உயிரை வீணாப் பறிச்சிருக்காங்க. எந்த நோக்கத்துக்காக இப்படி அநியாயமாய்?”

டாக்ஸி தட்டக்கென்று நின்றது.

“க்யா ஹோ கயா டிரைவர்” விவேக் கேட்க,

“சிக்னல் ஸாப்” என்றான் டிரைவர்.

டாக்ஸியின் முன்னால் பிற வாகனங்கள் நின்றிருக்க பின்னால் வாகனங்கள் சேர ஆரம்பித்தன. கண்ணாடிக் கதவின் வழியே வேடிக்கை பார்த்துக் கொண்டிருந்த கோகுல்நாத் சட்டென்று சிரித்தார்.

“என்ன கோகுல்நாத்?”

“அதைப் பாருங்க விவேக்.” ஒரு நர்சரி கார்டனின் முகப்பில் இருந்த அந்தச் சின்னஞ்சிறு போர்டைக்

காட்டினார் கோகுல்நாத். பெயிண்டைக் குச்சியால் தொட்டு ஒரு ஹைஸ்கூல் பையன் எழுதிய மாதிரி எழுத்துக்கள் கோணல்மாணலாய்த் தெரிந்தன.

A LL KIND OF SEED

SSOLD HERE

விவேக் படித்துவிட்டு புன்னகை பூத்தான். "SEEDS எழுத ஓரமாய் Sக்கு இடமில்லாததினால் SOLDக்கு முன்னாடி அந்த Sஐப் போட்டு நிரப்பியிருக்கான். புத்திசாலிதான்! அதே மாதிரி Aயை விட்டு LLம் விலகியிருக்கு... முட்டாள்தனமாக எவனோ எழுதியிருக்கிறான்."

"இந்த போர்டைப் புரிஞ்சுக்கவே அஞ்சு நிமிஷம் போலிருக்கு." கோகுல்நாத் கிண்டலாய்ச் சொன்ன அதே வினாடி விவேக்கிற்கு மூளையில் எங்கோ பளிச்சென்றது.

சட்டென்று பரபரப்பானான். மனசுக்குள் எதுவோ சரசரவென்று ஓடியது. கையைச் சரேலென சொடுக்கினான். "கோகுல்நாத், அந்தக் காகிதத்தை எடுங்க." டாக்ஸிக்கு சிக்னல் கிடைக்க ஊர்ந்தது அது.

"எந்தக் காகிதம் விவேக்?"

"ஏர் ஹோஸ்ட்ஸ் கவிதா கோணல்மாணலா எழுதிக் கொடுத்தாளே அந்தக் காகிதம்!"

கோகுல்நாத் தன் முகத்தில் பரவும் குழப்பத்தோடு, சட்டைப் பையில் இருந்த டயரியை எடுத்து அதன் ஒரு பக்கத்தில் மடித்து வைக்கப்பட்டிருந்த அந்தக் காகிதத்தை எடுத்து விவேக்கிடம் நீட்டினார். விவேக் அதை ஆவலாய் வாங்கிப் பார்த்தான்.

SNOS 4 950 E SCA

PE DWI THP ARAS

படித்தான் ஒரு முறை,

படித்தான் இரண்டாவது முறை,

படித்தான் மூன்றாவது முறை,

நான்காவது தடவை படிக்கவில்லை. புன்னகை பூத்தான்.

“என்ன விவேக்?”

“வாழ்க அந்த நர்சரி கார்டன் போர்டு.”

“என்ன சொல்றீங்க விவேக்?”

விவேக் கோகுல்நாத்திடம் அந்தக் கடிதத்தை நீட்டினான். “அந்த போர்டை மனசில் வச்சுகிட்டுக் கவிதா எழுதியிருக்கிற இந்த வார்த்தைகளைப் படிச்சுப் பாருங்க கோகுல்நாத்.”

கோகுல்நாத் வாங்கிப் பார்த்தார். படித்தார்.

இரண்டு நிமிஷங்களை செலவழித்த பின் உதட்டைப் பிதுக்கினார். “ஒண்ணும் புரியலையே விவேக்.” காகிதத்தை விவேக்கிடமே கொடுத்தார்.

விவேக் உற்சாகமான குரலில் சொன்னான். “கவிதா தான் சொல்ல வந்ததைத் தெளிவாகத்தான் சொல்லியிருக்கா. கண்களைத் திறக்காமல் எழுதினதில் எழுத்துக்கள் சிதறியிருக்கு. அவ எழுத நினைச்சது இந்த வார்தையைத்தான் கோகுல்நாத்.”

SEAT Nos 49, 50 ESCAPED WITH PARAS

கோகுல்நாத் பிரமித்தார். சந்தோஷித்தார்.

“சிறு துரும்பும் பல் குத்த உதவுங்கிறது எவ்வளவு வாஸ்தவமான பழமொழி. ஒரு நர்சரி கார்டனின் ஒன்றரைச் சதுர அடிக் கோணல்மாணலான போர்டு இந்தத் தலைவலிக் கேஸோட ஆணிவேரையே துல்லியமா அசைச்சிருக்கு.”

“என்ன செய்யலாம் கோகுல்நாத்? ஏர்போர்ட்டுக்குப் போயிடலாமா? போய் அந்த 376 பிளைட்டோட ட்ரிப் ஷீட்டை வாங்கிப் பார்த்தால் 49, 50 சீட் யாருதுன்னு

தெரிஞ்சிடும். அவங்க ரெண்டு பேரும் பாராசூட்ல தப்பிச்சிருக்காங்க. ஐ மீன் பறக்கிற விமானத்திலிருந்து கீழே குதிச்சிருக்காங்க. இந்த நிமிஷம் இந்தக் கேஸோட முதல் பலவீனம் நமக்குக் கிடைச்சிருக்கு.”

“ஓ.கே விவேக்! ஜோயலைப் பின்னாடிப் பார்த்துக்கலாம். முதல்ல, ஏர்போர்ட் போவோம். 49, 50 யாருன்னு பார்ப்போம்.”

பாலம் ஏர்போர்ட் அந்த மத்தியான வேளையில் கொஞ்சம் களைத்திருந்தது. பரபரப்பாய் ட்ரிப் ஷீட்டைப் புரட்டிக் கொண்டிருந்தார்கள் விவேக்கும், கோகுல்நாத்தும். விமான நிலையத்தைச் சேர்ந்த சில அதிகாரிகள் சுவாரஸ்யமாய்க் குழுமியிருந்தார்கள்.

49க்கு நேராய்க் கையை வைத்து இழுத்தான் விவேக். அந்தக் கோடியில் பெயர் டைப் எழுத்துக்களில் தெரிந்தது. கே.எம். திவாரி நாநாசௌக், 133 என்.எஸ்.சி.பி. ரோட், நியூடெல்லி - 70. 50க்கு நேராய்க் கையை வைத்தான். எஸ்.கே. வதூலா, 727, தேஷ்முக் பாண்டே ரோட், பரம்வீர் எக்ஸ்டென்ஷன், நியூடெல்லி - 70.

விவேக் மடமடவென்று பெயர்களையும், அட்ரஸ்களையும் குறித்துக்கொண்டான். நெற்றியில் அரும்பிய வியர்வையோடு எழுந்தான்.

“முதலில் இந்தத் திவாரி, வதூலாவைப் போய் பார்க்க வேண்டும் கோகுல்நாத்.” சொல்லிக்கொண்டே விவேக் ஏர்போர்ட்டைத் தாண்டி வெளியே வந்தான். நின்றிருந்த டாக்ஸிகளில் ஒன்றைத் தொட்டான். டிரைவர் மீட்டரைப் போட்டுவிட்டு விவேக்கைப் பார்த்தான்.

“நாநாசௌக் என்.எஸ்.சி.பி. ரோட்” - சொல்லிவிட்டுக் கோகுல்நாத்தோடு பின்சீட்டில் ஐக்கியமானான் விவேக், டாக்ஸி வீறியது.

கோகுல்நாத் கேட்டார். “அதென்ன என்.எஸ்.சி.பி. ரோட் விவேக்?”

விவேக் சொன்னான், "நேதாஜி சுபாஷ் சந்திரபோஸ் ரோட்."

டாக்ஸி பத்து நிமிடங்களுக்குப் பின் நாநாசௌக்கின் எல்லையில் நுழைந்து என்.எஸ்.சி.பி ரோட்டைத் தொட்டது. 133 ஆம் நம்பர் வீட்டைத் தேடினான் விவேக். சில வினாடிகளில் அதுவும் கண்களுக்குச் சிக்க டாக்ஸியை நிறுத்தச் சொன்னான்.

மீட்டரைப் பார்த்துப் பணத்தைக் கொடுத்துவிட்டு, அந்த 133ம் நெம்பர் வீட்டைப் பார்த்தான் விவேக். அது ஒரு பழங்காலத்து வீடு. சமீபத்தியப் பருவ மழையில் நனைந்து ஏகமாய்ப் பாசி பிடித்திருந்தது. மரத்தால் ஆன காம்பௌண்ட் கதவைத் தள்ளிக்கொண்டு உள்ளே போனான் விவேக். கோகுல்நாத் பின்தொடர்ந்தான்.

வீட்டின் முன் அறையில் இருந்த ஈஸிச்சேரில் சுமார் எழுபது வயதில் ஒரு மராட்டியக் கிழவர் ஏதோ ஒரு புத்தகத்தைப் படித்துக்கொண்டிருக்க விவேக் அவரை வேகமாய் நெருங்கினான். ஷூ சத்தம் கேட்டு தலை நிமிர்ந்தார் கிழவர். புத்தகத்தை மூடிக்கொண்டே கேட்டார்.

"என்ன வேண்டும்?" இந்தியில் கேட்டார்.

விவேக்கும் இந்தியிலேயே பேச ஆரம்பித்தான். "திவாரியைப் பார்க்க வந்தோம். அவர் வரச் சொல்லியிருந்தார்."

"திவாரியா?"

"எஸ். கே.எம். திவாரி."

கிழவர் வியந்தார், "அப்படிப்பட்ட பேரில் யாரும் இங்கே இல்லையே?"

"உங்க பேர்?" விவேக் அயர்ச்சியோடு கேட்டான்.

“மங்கல்தாஸ்! ரிடையர்ட் டெபுடி கலெக்டர்.” அவர் பேசப்பேச விவேக்கிற்கும், கோகுல்நாத்துக்கும் ஏமாற்றம் பாய் விரித்தது.

பொய் அட்ரஸ்கள்! பொய்ப் பெயர்கள்!

727 தேஷ்முக் பாண்டே ரோட்டில் - வதூலாவுக்குப் பதிலாக கல்யாண்கர் கோர்ட்டே பாதாம் மசாலா பால் விற்றுக் கொண்டிருந்தார்.

ஏறக்குறைய மூன்று மணி நேரம் அந்தப் பகுதி முழுவதும் அலசிப் பார்த்துவிட்டுச் சோர்வை ஏகமாய் முகங்களில் சுமந்துகொண்டு... டாக்ஸியில் திரும்பிக்கொண்டிருந்த விவேக் - கோகுல்நாத் இருவருடைய பார்வையிலும் ஜம்மா மாஸ்க் ரோட்டின் மூலையில் ஒரு மரத்துக்குக் கீழ் நின்றிருந்த ஜோயல் சட்டென்று சிக்கினான். கூடவே கூலிங்கிளாஸ் அணிந்த பெண்ணொருத்தி அவனோடு சிரித்தபடி பேசிக்கொண்டிருந்தாள்.

18

டாக்ஸியை ஓரமாய் ஒதுக்கி நிறுத்தச் சொன்னான் விவேக்.

டிரைவர் டாக்ஸியை ரோட்டோரத்தில் ஒரு மரத்தடியில் நிசப்தமாக்கி நிறுத்தினான். காரின் கண்ணாடிக் கதவுகளை முக்கால் பாகம் ஏற்றிவிட்டுக் கொண்டு அந்த இடைவெளியில் ஜோயலையும், அந்தப் பெண்ணையும் பார்த்துக் கொண்டிருந்தான் விவேக்.

"விவேக்! ஜோயலைக் கவனிச்சீங்களா? பத்து நாளைக்கு முன்பு ரீடாவின் மரணத்திற்காக அழுது புலம்பிய ஜோயல் இவனில்லை. இவன் சந்தோஷ ஜோயல்! இவனோடு பேசிக்கொண்டிருக்கிற அந்தப் பெண்ணைப் பார்த்தால் டில்லிக்காரி மாதிரித் தெரியலை. நம்ம ஊர்ப் பக்கம் மாதிரித் தெரியுது..."

டாக்ஸி நகர்ந்தது.

"ஹல்லோ மிஸ்டர் ஜோயல்!" டாக்ஸியின் கண்ணாடிக் கதவுக்கு வெளியே தலையை நீட்டி ஜோயலைப் பார்த்துக் கத்தினான் விவேக்.

சட்டென்று திரும்பிப் பார்த்த ஜோயல் செமையாய் அதிர்ந்துப்போனான். முகம் ஒரு முடிவான உணர்ச்சிக்கு வராமல் தத்தளித்து வியர்த்தது.

"எங்கே இந்தப்பக்கம் ஜோயல்?" - டாக்ஸி அவனை நெருங்கி நின்றது. "ப்ளீஸ் கெட் இன்."

ஜோயல் ஒருவித அவஸ்தையோடு சிரித்தான்.

"ஜோயல், உங்ககூட நான் பேசணும். நிறையப் பேசணும். விமான விபத்துக் கேஸ் ரொம்பவும் குழப்பமா இருக்கு. இந்த நிமிஷம் வரைக்கும் என்னாலே ஒண்ணும் கண்டுபிடிக்க முடியலை. வில் யூ கோவாப்ரேட் வித் மீ?"

ஜோயல் சிக்கனமாய்ப் புன்னகைத்தான். "ஷ்யூர் மிஸ்டர் விவேக். பட் நாட் நவ். இன்னிக்கு சாயந்திரம் ஆறு மணிக்கு நானே நீங்க தங்கியிருக்கிற லாட்ஜுக்கு வர்றேன். நீங்க என்ன கேக்க விரும்புறீங்களோ கேளுங்க. நான் என்னால முடிஞ்ச அளவுக்குத் தகவல் சொல்றேன். நவ் லெட் மீ கோ பை மை வே ப்ளீஸ்."

விவேக் கோகுல்நாத்தைப் பார்க்க, கோகுல்நாத் தலையாட்டினார்.

சூரியன் மேற்குத் திசையில் உயிரை விட்டு மூன்று மணி நேரம் ஆகியிருந்தது. கோகுல்நாத் சிகரெட்டின் கடைசி மில்லிமீட்டரில் இருந்தார். லாட்ஜுக்குக் கீழே இருந்த பாரில் பணக்காரக் கூட்டம் சேர ஆரம்பித்தது.

விவேக்கும், கோகுல்நாத்தும் எழுந்தார்கள். இரவு உணவை வரவழைத்துச் சாப்பிட்டார்கள். படுப்பதற்கு ஆயத்தமானார்கள். கோகுல்நாத் அறைக்கதவைத் தாழிட்டபடியே சொன்னார்:

"இனிமே ஜோயல் வரமாட்டான் விவேக்! நாளைக்கு முதல் காரியமா அவனுடைய வீட்டைச் சோதனை போடணும்." படபடப்போடு பேசிய கோகுல்நாத்தைச் சிந்தனையோடு பார்த்தான் விவேக்.

"அவன் எப்படியும் வருவான்னு என் மனசுக்குப் படுது கோகுல்நாத்!"

"வரமாட்டான் விவேக்! அவன் உஷாராயிட்டான். இனிமே அவனைப் பிடிக்கிறது கஷ்டம்தான்." கோகுல்நாத் சொல்லச்சொல்ல கதவை யாரோ தடதடவென்று இடித்தார்கள்.

இரண்டே எட்டில் கதவை நெருங்கிச் சட்டென்று தாழ்ப்பாளை நீக்கினான் விவேக்.

ஜோயல் நின்றிருந்தான். உடம்பு பூராவும் வியர்வையில் நனைந்திருக்க, சில இடங்களில் வியர்வையில் ரத்தம் கலந்திருந்தது.

ஜோயல் அதிகப்படியாய்ச் சக்தியைச் செலவழித்து ஓடி வந்திருந்தான். வாயால் மூச்சு வாங்கிக் கொண்டிருந்தான், அப்படியே மண்டியிட்டுக் கீழே உட்கார்ந்தான். விவேக் அப்போதுதான் அவனை நன்றாய்க் கவனித்தான். ஜோயலின் இடதுபக்கக் காதில் பாதிக் காது பிய்த்துக்கொண்டு போயிருந்தது. ரத்தம் கொழகொழவென்று பாதி உறைந்தும், உறையாமலும் தயக்கம் காட்டிக் கொண்டிருந்தது.

"ஜோயல் என்னாச்சு, ஏன் ரத்தம்?" விவேக் கத்தினான்.

"ப்ளீஸ் கதவை முதல்ல லாக் பண்ணுங்க விவேக்!" குரல் நடுங்கச் சொன்னான் ஜோயல். கதவைச் சாத்தினார் கோகுல்நாத்.

விவேக் ஜோயலை நெருங்கினான். ஜோயல் விவேக்கின் கைகளைப் பற்றிக்கொண்டான். "விவேக் நாளைக்குக் காலையில் பம்பாய் புறப்பட்டுப் போகிற பிளைட் நெம்பர் 205ஐ உடனடியா ஸ்டாப் பண்ணணும். அந்த விமானம் கண்டிப்பா வெடிக்கப்போகுது." ஜோயலின் குரலில் பதட்டம் வெகுவாய்த் தெரிந்தது.

விவேக்கும், கோகுல்நாத்தும் அயர்ந்தார்கள்.

"ஜோயல், நீ என்ன சொல்றே?"

"உண்மையைச் சொல்றேன் விவேக். கடந்த ஒருவார காலமா ஆபீஸுக்கு லீவு போட்டுட்டு ரீடாவோட கொலை சம்பந்தமான விவரங்களைச் சேகரிச்சிட்டு வந்தேன். ரீடாவோட யார் யார் பழகறாங்க? அவளோட யாருக்கு மன வேற்றுமை? அவளோட நெருங்கிப் பழகற தோழிகள் யார்? எல்லா விஷயங்களையும் சேகரிச்சேன். நீடோஸ் ஓட்டல்

மானேஜரும் ரீடாவின் கஸ்டமர்ஸ் பட்டியலைக் கொடுத்தார். அந்தப் பட்டியலை வெச்சுகிட்டு ஒவ்வொருத்தரா மீட் பண்ண முயற்சி செஞ்சேன். சில பேர்தான் கிடைச்சாங்க, மத்ததெல்லாம் ஃபோல்ஸ் அட்ரஸ். இன்றைக்குச் சாயந்தரம் ஏழு மணிக்கு ரீடாவோட தோழி அனிதாபோஸ் கொடுத்த ஒரு தகவலின்படி ஒருத்தனை வாட்ச் பண்ண ஓட்டல் நீடோஸுக்குப் போனேன். காபரே ஹாலுக்குப் பின்னாடி இருக்கிற ஒரு வராந்தாவோட இருட்டு மூலையிலே இரண்டு பேர் நின்னுட்டுப் பேசிட்டிருந்தாங்க. உருவங்கள் சரியாத் தெரியலை. பக்கவாட்டுச் சுவருக்குள் ஒண்டிக்கிட்டு அவங்க பேசறதைக் கேட்டேன். பிளைட் 205-க்கு ஆபத்துன்னு தெரிஞ்சுகிட்டேன்.”

ஜோயல் பேசப்பேச அவனுடைய கண்கள் சொருகின.

விவேக் சரேலென எழுந்தான். ஜோயலின் தோள்பட்டைகளைப் பிடித்து உசுப்பினான். “ஜோயல் யார் அவங்க? ஏதாவது அடையாளம் தெரிஞ்சுதா?”

ஜோயல் பலஹீனமாய்க் கையை அசைத்தான். “முடியலை விவேக். அவங்க ரெண்டு பேரையும் நல்லாப் பார்க்கிறதுக்காகக் கொஞ்சம் முன்னாடி நகர்ந்தேன். அதான் தப்பாப்போச்சு. ரெண்டு பேர்ல ஒருத்தன் என்னைப் பார்த்துட்டான். உடனே ரிவால்வர்ல்ல சுட ஆரம்பிச்சான். என்னால அவங்களை எதிர்த்துத் தாக்கியிருக்க முடியும். ஆனா அவங்க கையில் ரிவால்வர் இருந்தது. முரட்டுத்தனமா மோதிப் பிரயோஜனமில்லை என்கிற காரணத்தினாலும், பிளைட் 205 நாளைக்கு வெடிக்கப்போகிறது என்கிற விஷயம் தெரிஞ்ச ஒரே வெளியாள் நான்தான் என்பதுங்கிறதாலும் தப்பிச்சுட்டு ஓடி வந்தேன். அப்படியும் ஒரு தோட்டா என் இடது காதில் பாதியைச் சீவிக்கிட்டு போயிருச்சு.”

விவேக் சுறுசுறுத்தான்.

“கோகுல்நாத்! ஏதாவது ஒரு டாக்டருக்குப் போன் செஞ்சு வரவழையுங்க. ஜோயலுக்குச் சிகிச்சை கொடுக்க ஏற்பாடு

பண்ணுங்க. நான் ஏர்போர்ட் போய் கண்ட்ரோல் ஆபீஸர் ஷர்மாவைப் பார்த்துட்டு வந்துடறேன்.”

விவேக் புயலாய் நகர முற்பட்ட அதேநேரம் போன் அவனை அழைத்தது. பாய்ந்து எடுத்தான்.

“ஹலோ, ஐயம் விவேக்!”

மறுமுனையில் ஒரு முரட்டுக்குரல் ஒலித்தது. “விவேக்! நான் சொல்லப்போறதைக் கவனி. இனிமே உன்கூட எந்தவிதமான பேச்சுவார்த்தையும் வெச்சுக்கக் கூடாதுன்னு தீர்மானமாய் இருந்தோம். ஆனா ஜோயல் நடுவில் புகுந்துட்டான். இந்த நிமிஷம் ஜோயல் எங்க குண்டடிக்குத் தப்பி உன்னோட ரூம்ல அடைக்கலமாயிருக்கிற விஷயமும் எங்களுக்குத் தெரியும்.உன்னால இப்ப பிளைட்டைக் கேன்சல் பண்ணவும் முடியும். ஆனா ஒண்ணை மட்டும் ஞாபகம் வெச்சுக்க. 205 பிளைட் நாளைக்குக் கேன்சலாகித் தப்பிச்சுட்டாலும் என்னிக்காவது ஒருநாள் அதோட தலைவிதி முடியப்போகுது - உனக்குத் துணிச்சல் இருந்தால் பிளைட் 205ஐக் கேன்சல் பண்ணாம நீயும், உன்னோட சகா கோகுல்நாத்தும் அதிலே பயணப்பட்டு வாங்க! பாசஞ்சர்ஸ் மொத்தம் அறுபத்தியோரு பேர். அந்த 61பேரில் நாங்க ரெண்டு பேரும் பயணம் செய்யறோம். முடிஞ்சா எங்களைப் பிடி. இல்லேன்னா நீயும், கோகுல்நாத்தும் பாம்பாய்க்குப் பத்தாவது மைலில் நிம்மதியாய்க் கண்ணை மூடிடுங்க.”

ரிஸீவர் மறுமுனையில் டொக்கென்று வைக்கப்பட்டது.

விவேக் திக்பிரமை பிடித்து நின்றான்.

இரவு மணி 1.30,

டில்லிப் பாலம் ஏர்போர்ட்டின் உள்ளேயிருந்த அந்த அறை அசாத்தியப் பரபரப்புடன் காணப்பட்டது. கண்ட்ரோல் ஆபீஸர் ஷர்மா, விவேக், கோகுல்நாத், ஜோயல். உதிரியாய்ச் சில ஆபீஸர்கள் எல்லோருமே ட்ரிப் ஷீட்டை அலசிக் கொண்டிருந்தார்கள்.

ஏரோட்ரோம் ஆபீஸர்களில் ஒருவர் மெல்லிய குரலில் சொன்னார்:

"இது 61 பேர்களின் உயிர்ப் பிரச்சனை, பி சீரியஸ் மிஸ்டர் விவேக்! ஆகாயத்தில் நடத்தப்போகிற அபாயம் இது. விமானம் நிச்சயமாய் வெடிக்கப்போகிறது என்று தீர்மானமான நிலையில் அவங்க ரெண்டு பேரையும் சந்திக்கப் போறீங்க. ஆபத்தை உங்களால் டீல் பண்ண முடியல்லேன்னா நிலைமை ரொம்பவும் மோசமாயிடும்."

அவர் சொல்லச் சொல்லக் கையசைத்து மறுத்தான் விவேக்.

"ஸார், நோ அதர் வே டு சால்வ் த பிராப்ளம். ஆகாயத்தில் நடக்கப்போகிற இந்த அபாயத்தை ஆகாயத்தில்தான் சந்திக்கணும். தரையிலே நின்னுட்டே இதைத் தீர்க்க முடியாது. பிளைட் 205 நாளைக்கு வெடிக்கப்போகிற விஷயம் ஜோயல் மூலமாகத் தெரிஞ்சதினால நாம இங்கே கூடியிருக்கோம். ஜோயலுக்கு மட்டும் இந்த விஷயம் தெரியாம இருந்திருந்தா விமானம் வெடிக்கப்போறது நிச்சயமாய் நமக்குத் தெரிஞ்சிருக்காது. மூணாவது தடவையும் விமானம் வெடிச்சிருக்கும். நாளைக்கு பிளைட் 205ல் நான், கோகுல்நாத், ஜோயல் மூணுபேரும் பயணப்படறோம். விஷயம் பைலட்டுகளுக்குக் கூடத் தெரிய வேண்டாம். பாசஞ்சர்களுக்குத் தெரியாம பிளைட்டை செக் பண்ணிடுங்க. அவங்கள தரோவா செக் பண்ணிடுங்க..."

விவேக் சொல்ல, ஷர்மா கவலையோடு கேட்டுக் கொண்டிருந்தார்.

ஏர்போர்ட் ஆபீஸர்கள் துக்க வீட்டிற்குள் வந்துவிட்டவர்களைப் போல் முகம் மாறி உட்கார்ந்திருந்தார்கள். விவேக் சிகரெட் ஒன்றைப் பற்றவைத்துக் கொண்டு பிளைட் 205ன் அவுட்லைன் மேப்பை வைத்துக்கொண்டு ஷர்மாவிடம் சந்தேகங்களைக் கேட்டுக் கொண்டிருந்தான்.

ஷர்மா நலிந்துபோன குரலில் பதிலளித்துக் கொண்டிருந்தார்.

இரவு முழுக்க, யாரும் கண்ணை அசைக்கவில்லை!

காலை 6.30 மணி. நடக்கப்போகிற பயங்கரத்தை அறியாமல் பிளைட் 205 இளஞ்சூரியன் ஆரஞ்சு வண்ண ஒளிக்கற்றைகளில் குளித்துக் கொண்டிருந்தது. பயணிகள் லௌஞ்சில் பரவியிருந்தார்கள்.

விவேக் கண்ட்ரோல் டவரின் - வலதுகைப் பக்கம் இருந்த அறையொன்றின் ஜன்னல் அருகே கையில் ஒரு பைனாகுலரோடு நின்றிருந்தான். அவனுடைய இருபுறமும் கோகுல்நாத், ஜோயல் நின்றிருந்தார்கள். விவேக்கின் கண்கள் பைனாகுலரில் பதிந்து லௌஞ்சில் பரவியிருந்த பயணிகளை ஊடுருவிக் கொண்டிருந்தன.

ஸ்பீக்கர் கரகரத்தது. "பம்பாய் செல்லும் பயணிகள் பிளைட் நெம்பர் 205ல் அமரும்படி கேட்டுக் கொள்ளப்படுகிறார்கள். பிளைட் டிபார்ச்சர் டைம் ஈஸ் எக்ஸாக்ட்லி செவன். நவ் த டைம் ஈஸ் சிக்ஸ் ஃபார்ட்டி."

மூவரும் கண்ட்ரோல் டவரிலிருந்து இறங்கினார்கள். ஷர்மா மிகக் கவலையோடு மூன்று பேர்களுடைய கைகளைப் பற்றித் தழுதழுக்கிற குரலில், 'பெஸ்ட் ஆப் லக்' சொன்னார்.

பிளைட் நெம்பர் 205 புறப்படக் கடைசி நிமிஷங்களை எண்ணியது.

கண்ட்ரோல் டவரில் ஷர்மா திகிலோடு இறங்கினார். நடுங்குகிற குரலில் உத்தரவுகளைக் கொடுக்க ஆரம்பித்தார். "திஸ் ஈஸ் கண்ட்ரோல் டவர். 205, ஆல்டிடியூட் மஸ்ட் பி த்ரி தௌஸண்ட் ஃபைவ் ஹண்ட்ரெட் ஃபீட். கிளியரன்ஸ் கிவன், பிக்கப் ரன்வே நெம்பர்..." ஷர்மா சொல்லச்சொல்ல பைலட் டேனி முழு மூச்சாய்ச் செயல்பட்டான்.

விமானம் திடீரென்று சிலிர்த்துக்கொண்டு ஏக காலத்தில் ஆரவாரித்தது.

ஊய்ய்ய்ய்ய்ய்ய்... ஊய்ய்ய்ய்ய்ய்ய்ய்...

பிரயாணிகள் பெல்ட்டுகளை அணிந்துகொள்ள விவேக்கும், ஜோயலும் ஒருவரையொருவர் பார்த்துக் கொண்டார்கள். லேசான திகில் மேகம் இருவருடைய முகங்களையும் ஒருமுறை தழுவிச் சென்றது.

விமானம் ஆயிரம் அடிக்கு எவ்வி நீந்த ஆரம்பித்தது. விமானத்தில் எதிரே சிவப்பு விளக்கில் அறிவிப்புத் தெரிந்தன. 'பெல்ட்டுகளை தளர்த்திக் கொள்ளலாம்,' 'புகை பிடிக்கலாம்.'

விவேக் சிகரெட் பெட்டியை எடுத்தான்.

ஏர்ஹோஸ்டஸ் பிஸ்கட், சாக்லெட்டுகளை விநியோகித்துக்கொண்டு வந்தாள். "எக்ஸ்க்யூஸ் மீ...!"

விவேக்கிற்குப் பின்புறம் அந்தக் குரல் கேட்க, விவேக் சட்டென்று திரும்பினான். வெள்ளுடை அணிந்த அந்த ரெவரெண்ட் ஃபாதர் - கழுத்தில் தொங்கும் தங்கச் சிலுவையோடு ஏர்ஹோஸ்டஸைக் கூப்பிட்டுக் கொண்டிருந்தார். விவேக்கிற்கு வியப்பாய் இருந்தது. 'இந்த ஃபாதரை லௌஞ்ச்சில் பார்க்கவேயில்லையே! திடீரென்று விமானத்தில் எப்படி இவர்?'

விவேக் யோசித்துக் கொண்டிருக்கும்போதே...

ஃபாதர் ஏர்ஹோஸ்டிடம் கேட்டுக் கொண்டிருந்தார்.

"லாவட்டரிக்கு எந்த வழி? திஸ் ஸைட், ஆர் தட் ஸைட்?"

ஏர்ஹோஸ்டஸ் அழகாய்ப் புன்னகைத்தாள். "திஸ் வே ஃபாதர்..."

"தேங்க்யூ மை சைல்ட், ப்ளீஸ் ஹோல்ட் மீ... இந்த விமானப் பயணம் எனக்கு முதல் தடவை. குட் யூ ஹெல்ப்... மீ...?"

"சர்ட்டன்லி!" ஏர்ஹோஸ்டஸ் அவருடைய கையைப் பற்றிக்கொண்டு லாவட்ரியை நோக்கி நடத்திக்கொண்டு போனாள்.

விவேக் அவரையே பார்த்துக் கொண்டிருந்தான். அந்த முகம் அவனுக்குக் கொஞ்சம் பழக்கப்பட்ட மாதிரி நெருடியது. விவேக்கின் மனதின் மூலையில் ஒரு ஜீரோ வாட்ஸ் சிவப்பு விளக்கு சின்னதாய் எரிந்தது. அணைந்தது. எரிந்தது.

அதே வினாடி... “கிறீச்ச்...” என்று ஏர்ஹோஸ்டஸ் அலற, பயணிகள் அனைவரும் திரும்ப, லாவட்டரிக் கதவருகே பாதிரியாரின் அசுரப்பிடியில் ஏர்ஹோஸ்டஸ் மூச்சுத் திணறிக் கொண்டிருந்தாள். பாதிரியாரின் இடது கையில் குரோமியம் மெட்டல் ரிவால்வர் மின்னியது.

பாதிரியார் சிரித்தார். “வெல்கம் மை கோ பாசஞ்சர்ஸ்” சொல்லிவிட்டு விவேக்கைப் பார்த்தார். “விவேக்! சொன்னபடியே துணிச்சலா வந்துட்டே. துணைக்கு ஜோயலையும், குடும்பஸ்தரான இன்ஸ்பெக்டர் கோகுல்நாத்தையும் கூட்டிட்டு வந்துட்டே. ஹார்ட்டி வெல்கம் டு யூ.”

ஜோயல் ஆவேசமாய், வேகமாய் எழுந்தான்.

பாதிரியாரின் சிரிப்பு நின்றது. முகம் மாறியது விகாரமாய்.

“ஜோயல்! அவசரப்பட்டுச் சாக விரும்பாதே. நீ என்னை நோக்கி ஓரடி எடுத்து வெச்சாலும் சரி, அந்த நிமிஷமே இந்த அழகான ஏர்ஹோஸ்டஸ் தன் ரத்தத்தைச் சிந்த ஆரம்பிப்பா.”

விவேக் திரும்பி, ஜோயலைக் கையமர்த்தினான். விமானத்தில் சக பிரயாணிகள் திகிலில் உறைந்துபோய் உட்கார்ந்திருந்தனர். பெண்களில் சிலர் அழ ஆரம்பித்திருந்தனர்.

விவேக் பாதிரியாரைப் பார்த்தான்.

“என்ன விவேக்? என்ன பார்க்கிறே? என்னை உனக்கு அடையாளம் தெரியல்லே? காட்டறேன். சாகப்போகிற உனக்கு எல்லாமே சொல்றேன்.”

முகத்தோடு ஒட்டியிருந்த அந்த நீண்ட நரைத் தாடியையும், மீசையையும், தலையிலிருந்த வழுக்கை விக்கையும் அகற்றினார் பாதிரியார்.

விவேக்கின் நெற்றிப்பரப்பு வியப்பால் சுருங்கியது.

செக்யூரிட்டி ஆபீஸர் தத்தா!

"தத்தா, நீங்களா?" விவேக் துல்லியமாய் அதிர்ந்தான்.

"நானேதான். நம்பக் கஷ்டமாயிருக்கும் உனக்கு... நம்பிடு."

விவேக் உக்கிரமாய்த் தத்தாவைப் பார்த்தான், "எதுக்காக இந்த விமான வேட்டை?"

"சொல்றேன் விவேக். இன்னமும் நீ சாக நேரம் இருக்கு. அதுக்கு முன்னாடி இந்த பிளைட்டில் சில சடங்கெல்லாம் செய்யணும்." "அஹ்மத்!" தத்தா அழைக்க, விமானத்தின் மையச் சீட்டினின்றும் ஜெர்கின் அணிந்த அந்த இளைஞன் எழுந்தான், நல்ல உயரம்.

"அஹ்மத், சடங்குகளை ஆரம்பிக்கலாமா?" தத்தா கேட்க,

"வித் பிளஷர் ஸார்." கோணலாய்ச் சிரித்தான் அஹ்மத்.

"விவேக், முதல்ல உன்கிட்டே இருக்கிற பிஸ்டல், கோகுல்நாத், ஜோயல்கிட்ட இருக்கிற பிஸ்டல் எல்லாத்தையும் எடுத்து அஹ்மத்திடம் கொடுங்க. அஹ்மத்தைத் தாக்க நினைக்காதீங்க. அவன் போட்டிருக்கிற ஜெர்கினைப் பார்த்தீங்களா? அதுல இருக்கிற மெட்டல் பட்டன்ஸ் சாதாரண பட்டன்ஸ் இல்லை. எல்லாமே மினி டைனமைட்ஸ். மேட் இன் லாஹூர். எல்லாமே டைம் டைனமைட்ஸ். இந்த விமானம் வெடிக்க ஒரு பட்டன் போதும். இருந்தாலும் நாலு பட்டன்ஸை உபயோகப்படுத்தப்போறோம்."

பிரயாணிகள் அலறினார்கள்.

அஹ்மத் சிரித்தான். "இந்திய நாட்டில் பிறந்த குற்றத்திற்காக நீங்கள் எல்லோருமே சாகத்தான் வேண்டும்.

விவேக்! புத்திசாலி இளைஞனே! அடுத்த ஜன்மத்திலாவது பாகிஸ்தானில் பிற! உன்னுடைய சேவை அந்த நாட்டுக்குப் பயன்படட்டும். தத்தாவைப் பார்த்தியா விவேக்? இந்திய விமான நிர்வாகத்தில் செக்யூரிட்டி ஆபீஸர். மாதம் ரெண்டாயிரம் சம்பளம். எங்க பாகிஸ்தானிலிருந்து அவருக்குக் கிடைக்கிற பணம் எவ்வளவு தெரியுமா? ஒரு லட்சம்!"

விவேக்கிற்குப் புரிய ஆரம்பித்தது.

தத்தா தொடர்ந்தார். அவருடைய கையில் சிக்கியிருந்த ஏர்ஹோஸ்டஸ் ஏறக்குறைய மயக்க நிலைக்குப் போய்க் கொண்டிருந்தாள். "விவேக்! கூடிய சீக்கிரம் இந்திய நாட்டின் விமான நிர்வாகம் சீர்குலையப் போகிறது. விமான நிலையங்கள் முழுவதையும் இழுத்து மூடப் போகிறார்கள். இந்த பிளைட்டும் வெடிச்சுட்டா இனிமேல் பாசஞ்சர்ஸ் விமானத்துக்குப் பக்கத்தில்கூட வரமாட்டாங்க. விமான நிர்வாகத்தைச் சிதற அடித்த பின்னாடி ரயில்வே நிர்வாகத்துக்கு வரப்போகிறோம்." தத்தா வெறியோடு கத்தினார்.

"நோ..!!!" கத்தினான் விவேக். "தத்தா, ஆர் யு ஏ ட்ரூ இந்தியன்? ஒரு அந்நிய நாடு தர்ற பணத்துக்காக ஆசைப்பட்டு நம்ம நாட்டோட நிர்வாகத்தைச் சிதைக்கத் துணை போறீங்களே, இது நியாயமா?" விவேக் பேசியதைப் பொருட்படுத்தாமல் அஹ்மத் அவனருகே வந்தான். கைகளை நீட்டினான். மூன்று துப்பாக்கிகளும் அவன் கைகளை நிறைத்தன.

"தட்ஸ் குட்" தத்தா கொக்கரித்தார். "அஹ்மத்! காக்பிட்டுக்குப் போய் பம்பாய் கண்ட்ரோல் டவருக்கும், விமானத்துக்கும் உள்ள தொடர்பைக் கட் பண்ணு. விமானம் உயரம் இழக்காமல் பார்த்துக்கொள். பாராசூட்ஸைத் தயார் செய். டைனமைட்ஸ் முழுவதையும் செக்செய்து டைமிங் செட் செய்." தத்தாவின் வாயிலிருந்து உத்தரவுகள் மளமளவென்று புறப்பட...

அஹ்மத் தத்தாவைப் பார்த்து, "ஒரு நிமிஷம் தத்தா!" என்றான்.

"என்ன அஹ்மத்?"

"அதையெல்லாம் முடிக்க இன்னும் நேரம் இருக்கிறது. நான் முன்னமேயே சொன்னபடி இப்ப ஜோயலை நீச்சலடிக்க விடணும். என்னோட ரிவால்வருக்குத் தப்பிச்சவன் எவனும் என் கண்முன்னே உயிரோட இருக்கக்கூடாது. அது எனக்கு அவமானமாயிருக்கு."

"ஜோயலைப் பின்னாடி நீச்சலடிக்க விடலாம். இப்ப முதல்லே நீ காக்பிட்டுக்குப் போய்..." தத்தா முடிக்கவில்லை. அஹ்மத் கத்தினான்.

"நோ தத்தா! முதல்லே ஜோயல்லோட கதையை முடிக்கணும். ரீடாவோட கதையை முடிச்ச கையாலேயே இவனையும் முடிக்கறேன். ஜோயல் இப்படி வா. என் முன்னாடி வந்து நில்..."

கையிலிருந்து பிஸ்டலை அசைத்து ஜோயலைத் தனக்கு முன்னாடிக் கொண்டு வந்தான் அஹ்மத். "ஜோயல், உனக்கு நீச்சலடிக்கத் தெரியுமா?"

ஜோயல் மௌனமாய் அவனை ஏறிட்டான்.

"தெரியும்ன்னு சொல்லிடாதே! நான் கேட்டது ஆகாயத்தில்! நீச்சல் அடிக்கத் தெரியுமா?"

ஜோயலின் முகத்தில் அப்பட்டமாய்க் கிலி பரவியது.

"இப்ப நீ நீச்சலடிக்கப்போறே, இந்த விமானம் இந்த நிமிஷம் இருபதாயிரம் அடி உயரத்திலே பறந்துட்டிருக்கு. அசாத்தியமான உயரம். கீழே பூமி பூராவும் பாறை மயம்..." அஹ்மத் சொல்லிக்கொண்டே விமானத்தின் இடுப்புப்பக்கம் இருந்த அந்தக் கதவைத் திறந்தான்.

ஏகப்பட்ட காற்று வாரியடித்தபடி வந்தது. மேகங்கள் கூடவே ஓடி வந்தன.உள்ளே சூறாவளிப் போல கலவரம் செய்தது காற்று.

அஹ்மத் முகத்தின் தசைகளை காற்று பதம் பார்ப்பதை கண்டுக்கொள்ளாமல் கத்தினான்.

"ம்... வா ஜோயல், இப்படி வா! விவேக் நீ நகராதே. நகர்ந்தா என்னோட பிஸ்டலுக்கு வெறிபிடிச்சிடும்."

ஜோயலின் கால்கள் பின்னின.

"கைகளைத் தலைக்குப் பின்னாடிக் கோர்த்துக்கோ. இப்போ நான் நெம்பர்களைக் கௌண்ட்டவுன் பண்ணிட்டே வருவேன். ஜீரோ சொல்றப்போ ஜம்ன்னு குதிக்கணும். ஆகாயத்தில் ஸ்விம் பண்ணலாம்."

"ரெடியா ம்... டென்... நைன்... எய்ட்..."

தத்தாவின் கையிலிருந்த பிஸ்டல் விவேக்கைக் குறிபார்க்க ஆரம்பித்தது. "விவேக்! ஜோயலைக் காப்பாத்த நினைக்காதே. உன்னோட ஹீரோத்தனத்தைக் காட்டாதே!"

"செவன்... சிக்ஸ்... ஃபைவ்..." அஹ்மத் எண்ணிக் கொண்டிருந்தான்.

கோகுல்நாத் அதிர்ச்சியில் ஆணியறைந்த மாதிரி நின்றார்.

"ஃபோர் த்ரி..."

ஜோயல் திரும்பி விவேக்கைப் பார்த்தான். "குட் பை... விவேக்... நான் வர்றேன். ஆனா விமானத்தைக் காப்பாத்திடுவேன்." ஜோயல் நா தழுதழுத்தான்.

"டூ... ஒன்..."

"ஜீ...ரோ..." அஹ்மத் சொல்லி முடித்த அதே வினாடி ஜோயல் வெளியே அசுரவேகத்தில் பாய்ந்தான், அஹ்மத்தையும் சேர்த்து உருட்டிக்கொண்டு கண்ணிமைக்கும் நேரத்தில் இருவரும் காணாமல் போனார்கள்.

அதிர்ச்சி வினாடிகளிலிருந்து முதலில் மீண்டவன் விவேக்.

திகைத்து நின்ற தத்தாவின் மேல், மின்னலாய் ஒரு பாய்ச்சல். தத்தாவும், ரிவால்வரும் இரண்டாய்ச் சிதறினார்கள். தாத்தாவின் இடுப்பில், வயிற்றில், முகத்தில் விவேக்கின் வலது கால் சிலம்பாட்டம் ஆட, தத்தா லாவட்ரிக் கதவோரம் மயக்கமாய்ச் சரிந்தார்.

அதற்குள் விமானத்தின் கதவு அடைக்கப்பட

தளர்ந்துபோய் எழுந்தான் விவேக்.

"ஓ! ஜோயல், யு ஆர் கிரேட்!"

விவேக் முகத்தைப் பொத்திக்கொண்டு ஒரு சின்னக் குழந்தை மாதிரி அழ ஆரம்பித்தான்.

பிளைட் 205 நல்லபிள்ளையாய் பத்தாவது மைலையும் கடந்து 'ஹம்ம்ம்' என்ற ரீங்காரத்தோடு பம்பாயை நெருங்கிக் கொண்டிருந்தது.

● ● ●

www.ingramcontent.com/pod-product-compliance
Lightning Source LLC
LaVergne TN
LVHW100822051026
849519LV00006B/2150